கடல்மேற் குமிழிகள்

பாவேந்தர் பாரதிதாசன்

Title: Kadal Mel Kumizhigal

Author: Bharathidasan

Language: Tamil

First Published on: 1948

Year of Publication: 2024

Book Format: Paperback

*Page Size: 6inch * 9inch*

Category: Poetry

Subject: Poetry, Drama

No. of pages: 96

ISBN: 978-81-988736-9-9

Published by: Nilan Publishers, Madurai, Tamilnadu, India

பொருளடக்கம்

முன்னுரை

திங்கள் தோறும் வெளிவரும் நம் குயிலின் *12* குரல்கள் நிறைவுற்றன. முதலாவது ஆண்டு நிறைவு பெற்றது. அதன் நினைவாக இக்குரல் ஆண்டு மலர் என வெளியிடுகிறோம்.

-பாரதிதாசன்

கதையுறுப்பினர்

திறல் நாடு

புலித்திறல் -மன்னன்

புலித்திறல் மன்னி - மனைவி

வையத்திறல் - மகன்

செம்மறித்திறல் - மன்னன் தம்பி

பொன்னி - மன்னன் கொழுந்தி

ஆண்டி - காவற்காரன்

அழகன் - மகன்

ஆண்டாள் - பூக்காரி

மின்னொளி - மகள்

பெருநாடு

பெருநாட்டான் - அரசன்

பெருந்திரு - மகள்

பிச்சன் - அமைச்சன்

மலைநாடு

வலையன் - அரசன்

மலர்க்குழல் - மகள்

கடல்மேற் குமிழிகள்

1

இடம்: திறல்நாட்டின் அரண்மனைத் தனியிடம்.
நேரம்: பகல் உணவுக்குப் பின்.
உறுப்பினர்: புலித்திறல் மன்னன், அவன் தம்பி செம்மறித்திறல்

அகவல்

புலித்திறல் உண்டபின் பொன்னொளிர் கட்டிலில்
ஒருபுறம் தனிமையில் உட்கார்ந் திருந்தான்.
செம்மறித் திறல் அங்கு வந்தான்
"இம்மொழி கேட்பாய்"என்றான் வணங்கியே.

விருத்தம்

"பொன்னியை மணக்க வேண்டும்
அதைத்தானே புகல வந்தாய்?
பொன்னிஎன் கொழுந்தி, நீயோ
புலைச்சியின் மகனே அன்றோ?
என்னருந் தந்தை, வேட
ரினத்தவள் தன்னைக் கூடி
உன்னைஇங் கீன்றார், என்பால்
உறவுகொண் டாட வந்தாய்."
புலித்திறல் இவ்வா றோதப்
"புலைச்சிஎன் தாய்! என் தந்தை
நிலத்தினை ஆளும் வேந்தன்
நின்தந்தை அன்றோ அண்ணா?

புலப்பட உரைக்கின் றேன்நான்
பொன்னிஉன் கொழுந்தி என்னைக்
கலப்புறு மணத்தாற் கொள்ளக்
கருதினாள்; மறுப்ப தேனோ?"
என்றுசெம் மறிதான் கூற
புலித்திறல் "இராதே"என்றான்.
பொன்னிஅந் நேரம் ஆங்கே
பொதுக்கென எதிரில் வந்து
தன்எழில் மூத்தார் காலைத்
தளிர்க்கையால் பற்றி, புஎன்னை
உன்தம்பி மணக்கும் வண்ணம்
உதவுகமு என்று சொன்னாள்.
"தமக்கையை எனக்க ளித்தாய்
சாதியில் இழிவு பெற்று
நமக்கெலாம் பழிப் பாவானை
நங்கைநீ நாடு கின்றாய்;
இமைக்குமுன் புறஞ்செல். உன்றன்
எண்ணந்தான் மாறு மட்டும்
அமைக்கின்றேன் உன்னை என்றன்
அரண்மனைக் காவல் தன்னில்."
என்றுகா வலரைக் கூவ
இருவர்வந் தழைத்துச் சென்றார்.
நின்றசெம் மறித்தி றற்கு
நிகழ்த்துவான்: புஅரண்ம னைக்குள்
என்றுமே நுழைதல் வேண்டாம்
ஏகுகமு என்று சொல்ல,
நன்றெனக் குன்றத் தோட்செம்
மறித்திறல் நடக்க லானான்.

2

இடம்: அரண்மனையில் ஒரு காவல் அறை.
நேரம்: மாலை.
உறுப்பினர்: பொன்னி, புலித்திறல் மன்னி, காவலர்.

அகவல்

உலக மக்களில் உயர்வுதாழ் வுரைக்கும்
கலக மக்களைக் கருத்தால் தூற்றிக்
காதற் கண்ணீர் வெளிப்பட
மாறு நின்றனள் வன்காப் பறையிலே.

கண்ணி

"என்ன உனக்கில்லை பொன்னி? - உனக்
கேனிந்த எண்ணம்? புலைச்சி
தன்மகன் மேல்மைய லுற்றாய் - எமைத்
தாழ்வு படுத்த நினைத்தாய்."
என்று புலித்திறல் மன்னி - மிக
ஏசிக்கொண் டேஎதிர் வந்தாள்.
"இந்நில மக்கள்எல் லோரும் - நிகர்"
என்று புகன்றனள் பொன்னி.
"நாலு வகுப்பினர் மக்கள் - எனில்
நானிலம் ஆழ்பவர் நாமே!
மேலொரு பார்ப்பனர் கூட்டம் - உண்டு!
மூன்றாமவர் பொருள் விற்போர்!
காலத னாலிட்ட வேலை - தனைக்
கைகளி னாற்செய்து வாழும்

கூலி வகுப்பினன் அன்னோன்" - என்று
கூறி முடித்தனள் மன்னி.
"ஆளப்பி பிறந்தவர் தாமும் - மே
லானவர் என்பவர் தாமும்
கூளங்கள் அல்லர்; கடல்மேல் - காணும்
குமிழிகள் அன்னர் என்பேன்
மாளாப் பெருங்கடல் மக்கள் - அங்கு
மறைபவர் ஆள்பவர் என்பேன்
வேளைவரும், வரும் அக்கா - தீரும்
வேற்றுமை"என்றனள் பொன்னி.
"உன்னை மணந்திட வேண்டி - இவ்
வுலகிடை எண்ணிக்கை யில்லா
மன்னர்கள் உள்ளனர் பொன்னி - உன்
மனநிலை மாறுதல் வேண்டும்;
அன்னது மட்டும் கிடப்பாய் - பிறர்
அண்டுதல் இல்லா அறைக்குள்!
என்னடி வேண்டும் இப்போது - சொல்"
என்றாள் புலித்திறல் மன்னி.
"கன்னங் கறுப்புடை ஒன்றும் - மாற்றிக்
கட்டிடப் பின்னொன்றும் வேண்டும்"
என்றே உரைத்தனள் பொன்னி - ஒன்
றீந்தாள் புலித்திறல் மன்னி.
"என்னுயிர் போன்றவன் தன்னை - இனி
யானடைந் தின்புறு மட்டும்
என்னுடை நீ"என் றுடுத்தாள் - நகை
யாவும் கழற்றினள் பொன்னி.

3

இடம்: ஆற்றிடை என்னும் சிற்றூர்.
நேரம்: நிலவெறிக்கும் இரவு.
உறுப்பினர்: செம்மறித்திறல்.

அகவல்

இந்நி லத்தில் இருகுரல்; ஒன்று
"மன்னர் நாங்கள்"என்பது; மற்றொன்று
"பெருநி லத்தில்யாம் பெருமக்கள்"என்பதாம்.
சரிநிகர் மக்கள் என்னும் அரியதோர்
அமைதிக் குரலினை ஆர்தல் எந்நாள்?
சமையம் சாதி தவிர்வ தெந்நாள்?
என்றுசெம் மறித்திறல் கறுப்புடை
ஒன்றினை ஏந்தி உரைப்பான் ஆங்கே.

பஃறொடை வெண்பா

"மன்னர் பலரும் மணக்க இருக்கையிலும்
என்னை மணப்பதென்றே எண்ணினாள். எண்ணியதால்
என்ன இடர்ப்பட்டாள்! ஏச்செல்லாம் ஏற்றாளே!
அன்னவளை நான்மணக்கும் ஆவலினால் வாழ்கின்றேன்!
தன்னன்பு மூத்தாளைத் தானிழக்க வுந்துணிந்தாள்.
இன்னந்தன் மேன்மை எலாமிழக்க வுந்துணிந்தாள்
என்னன்பு நோக்கினிலே யான்நோக்கத் தன்னருமைத்
தென்னம்பா ளைச்சிரிப்பால் தின்னுவளே என்ஆவி!
போகுமட்டும் பூரிப்பாள் போகவிடை பெற்றுப்பின்
ஏகுமட்டும் பின்னழகு பார்த்திருப்பாள் யான்திரும்பித்

தோகையினை மட்டாக நோக்கினால் தான்குனிந்து
சாகுமட்டும் நான்மறவாப் புன்னகையைச்
சாய்த்திடுவாள்.
மூத்தாள் மணாளன் முடிவேந்தைக் கேட்டபின்
போய்த்தார் மணமன்றில் பூண்போம், பெருமக்கள்
வாழ்த்திடும் வாழ்த்தால் மகிழ்வோம்பின் பஞ்சணையில்
தீர்த்தோம்நம் ஆவல்எனச் சேர்ந்திருப்போம்
என்றுரைப்பாள்.
பொன்னால் மணியால் புனைந்த நகைஇழந்தாள்
தன்னால் முடியாத தொல்லையினால் சாய்ந்தாளோ?
மின்னால் செயப்பட்ட மெல்லிடைக்கு
நேர்ந்தவெல்லாம்
என்னால்என் னால்என்னால் காராடை ஏற்கின்றேன்!
தண்ணிலவு கொண்ட மகிழ்ச்சி தனைக்கருதி
வெண்மை உடையணிந்து விண்ணில் துலங்குவதாம்
துன்பம் உடையேன் கரியதுகில் பூண்டேன்
என்னருமைப் பொன்னியைநான் எந்நாள் மணப்பேனோ!
பொன்னியும் நானும்ஒரு காதல் புனல்முழுகா
திந்நாள் தடுப்பதெது? "மண்ணாள ஏற்றவர்கள்"
"இன்னலுற ஏற்றவர்கள்"என்னும் பிளவன்றோ?
இந்நிலையை மாற்றா திரேன்.

4

இருபது ஆண்டுகளின் பின் ஒருநாள்

இடம்: *அரண்மனை*

நேரம்: *மாலை*

உறுப்பினர்: புலித்திறல் மன்னி, அவள் மகன் வையத்திறல், ஆண்டாள், அவள் மகள் மின்னொளி, காவற்காரன் மகன் அழகன்.

அகவல்

மன்னியைச் சுமந்த பொன்னூசல், கூடத்தில்
தென்னாட்டுத் தோழியர் செந்தமிழ்ப் பாட்டில்
மிதந்துகொண் டிருந்தது மென்கை அசைத்ததால்!
எதிரில் ஆண்டாள்; இவள்மகள் மின்னொளி.
மன்னி ஆணைக்கு வாய்பார்த் திருந்தனர்.
மன்னி திருவாய் மலர்ந்தருள் கின்றாள்:
"வையத் திறல்நம் பையன் பிறந்தநாள்
நாளை! அவ்விழா நன்மலர் அனைத்தும்
வேளையோடு நீதரல் வேண்டும். அதன்விலைப்
பொன்னும் பெறுவாய். பரிசிலும் பூணுவாய்!
மின்னொளி யுடன்நீ விருந்தும் அருந்தலாம்"
என்றாள்! ஆண்டாள் இளித்தாள்!
நின்ற மின்னொளி ஆழ்ந்தாள் நினைவிலே.

கண்ணிகள்

"வாழிய வாழிய மன்னீ - ஊசல்

மகிழ்ந்தாடு கின்றனை மன்னீ!
தோழியர் ஆட்டினர் ஊசல் - கை
சோர்ந்திட நின்றனர் மன்னீ!
தோழியரும் சற்று நேரம் - ஆடச்
சொல்லுக என்னருந் தாயே
வாழிய வாழிய மன்னீ - அவர்
மகிழ்ந்தாட வும்செய்க தாயே!"
என்றனள் மின்னொளி தானும் - மன்னி
எள்ளி நகைத்துப் புகல்வாள்:
"மன்னியும் தோழியர் தாமும் - நில
மாந்தரில் ஒப்புடை யாரோ?
என்னடி மின்னொளி இன்னும் - உனக்
கேதும் தெரிந்திட வில்லை?"
என்றுரைத்தாள்! அந்த நேரம் - மகன்
என்னவென் றேஅங்கு வந்தான்.
"தூண்டா விளக்கேஎன் கண்ணே - என்
தூயவை யத்திறல் மைந்தா!
ஆண்டாள் மகள்சொன்ன தைக்கேள் - ஊசல்
ஆட்டிய தோழிகள் ஆட
வேண்டுமென் றேசொல்லி நின்றாள் - இவள்
வேற்றுமை காணாத பேதை;
வேண்டாம்இப் பேச்சுக்கள் என்றேன்" - என்று
விண்டனள் சேயிடம் மன்னி!
"மாவடு வொத்த கண்ணாளை - இள
வஞ்சிக் கொடிக்கிணை யாளைத்
தாவிநல் வாயிதழ் ஓரம் - உயிர்
தாக்கிடும் புன்சிரிப் பாளைத்
புதேவைஉன் எண்ணமும் பெண்ணே - அதில்
தீங்கில்லை வையத்துக்"கென்றான்.

பாவையும் அம்மொழி கேட்டாள் - எனில்
பாங்கியர் ஆடுதல் காணாள்.
அழகனும் அவ்விடம் வந்தான் - தன்
அன்புறு தோழனை நோக்கி
எழுதிய ஓவியந் தன்னை - நீ
ஏன்வந்து பார்த்திட வில்லை?
பிழையிருந் தால்உரைப் பாயே - என்
பின்வரு வாய்என்று சொல்ல
வழியில்லை தப்புதற் கென்றே - அவ்
வையத் திறல்பிரிந் திட்டான்.

5

இடம்: அரண்மனைக் கூடம்

நேரம்: நடுவேளை

உறுப்பினர்: ஆளவந்தார் கூட்டம், புலித்திறல் மன்னன், வையத்திறல், மின்னொளி, ஆண்டாள், தோழியர்.

அகவல்

திறல்நாட்டு மன்னனின் திருமகன் இருபதாண்டு
நிறைவு விழாவில் நிகழ்ந்த விருந்தில்
ஆளப் பிறந்தார் அனைவரும்
வேளையோடு வந்தார் விருப்போ டுண்ணவே.

கண்ணிகள்

பத்தாயிரம் பெயர்கள் - அரண்மனைப்
பாங்கிலோர் கூடத்திலே
ஒத்த தலைவாழை - இலைக்கெதிர்
உண்டிட வந்தமர்ந்தார்.
எத்தாவி லும்கிடையா - தெனும்படி
எண்ணிரண்டு வகையாம்
புத்தம் புதுக்கறிகள் - நறுமணம்
பூரிக்கவே படைத்தார்!
தித்திக்கும் பண்ணியங்கள் - அப்பவகை
தேடரு முக்கனிகள்,
தைத்திடும் கல்லையிலே - நறுநெய்யும்
தயிர் ஒருகுடமும்
அத்தனை பேர்களுக்கும் - எதிரினில்

அமைத்து நெய்ச்சோறு
முத்துக் குவித்தாற்போல் - பருப்பொடு
முயங்கவே படைத்தார்!
முன்உண்ண அள்ளிடுவார் - உயர்த்திய
முழங்கை நெய்வழியும்;
பின்உண்ண ஊன்றியகை - கறிவகை
பெற்றிட ஆவலுறும்!
மன்னவன் உண்டிருந்தான் - அவன்மகன்
வையத் திறலினுடன்!
இன்ன நிலைமைஎல்லாம் - அரண்மனை
ஏழையர் பார்த்திருந்தார்.
ஏழைப் பணியாளர் - ஒருபுறம்
ஏங்கி இருந்தார்கள்.
கூழைக் கரைத்தவுடன் - ஒருபுறம்
கூப்பிடப் பட்டார்கள்.
தோழியர் கூழ்குடித்தார் - ஒருபுறம்
தோகைநல் மின்னொளிதான்
தாழையின் தொன்னையிலே - கூழினைத்
தாங்கிக் குடித்திருந்தாள்.
விழவு தீர்ந்தவுடன் - சிறப்புடன்
விருந்து தீர்ந்தவுடன்
அழகு மின்னொளிபால் - அவள்தாய்
ஆண்டாள் புஎன்மகளே,
விழவு மிக்கநன்றே - அவ்விருந்தும்
மேல்!முஎன்று சொல்ல,அவள்
"இழவு பெற்றார்கள் - என்அன்னாய்
ஏழையர்"என்றுரைத்தாள்.
"ஆளும் இனத்தார்க்கும் - பார்ப்பனர்
அத்தனை பேர்களுக்கும்

தாளா மகிழ்ச்சியன்றோ! - இதுதான்
தனிச் சிறப்பன்றோ!
ஆளாகி வாழும்இடம் - விருந்துண்ண
ஆவலும் கொள்வதுவோ?
நாளும் அவர் மகிழ்ச்சி - நம்மகிழ்ச்சி!"
என்று நவின்றாள்தாய்!

6

இடம்: அரண்மனையில் தனியறை.
நேரம்: உணவுக்குப்பின், இரவு.
உறுப்பினர்: வையத்திறல், அழகன்.

அகவல்

நிலவு குளிர்வார்க்கக் காற்று நெளிய
அலைகடல் இசைமை அளிக்க, மலர்சேர்
பஞ்சணையில் தனியே படுத்தேன்
நெஞ்சில்அவள் கூத்து நிகழ்த்துகின் றாளே!

கண்ணிகள்

மின்னொளி இன்முக நிலவே - நிலவு!
விண்ணில வேஅக லாயோ!
அன்னவள் இன்சொல் இசையே - இசையாம்!
ஆர்கடல் வாயடக் காயோ!
கன்னங் கருங்குழல் மணமே - மணமாம்!
காட்டில் மலர்காள் அகல்வீர்.
என்ன உரைப்பினும் இனியும் - எனையேன்
இன்னற் படுத்துகின் றீர்கள்?
காவற் பணிசெயும் அழகன் - இன்னும்
காணப் படவில்லை இங்கே!
ஆவலெல் லாம்அவ னிடமே - கூறி
ஆவன செய்திட வேண்டும்.
பாவைஅம் மின்னொளி தன்னை - நானே
பார்க்கவும் பேசவும் வேண்டும்.

தேவைப் படுமிந்த நேரம் - தெரிந்தும்
தீமை புரிந்திடு கின்றான்.
என்று துடிக்கின்ற வேளை - அழகன்
"இளவரசே!"என்று வந்தான்.
"ஒன்றுசெய் ஒன்றுசெய் அழகா! - அழகா
ஒண்டொடி வீட்டுக்குச் செல்வாய்.
நன்று கிழவனை நோக்கிப் - பழங்கள்
நாலைந்து கொண்டு வரச்சொல்.
சென்றிடு வான்பழத் தோட்டம் - நோக்கிச்
செல்லுக"என்றான் இளங்கோ!
(அழகன் போகின்றான்.)

7

இடம்: சிற்றூர் மின்னொளி வீடு.
நேரம்: நள்ளிரவு.
உறுப்பினர்: மின்னொளி, அவள் தந்தையாகிய கிழவன், அழகன், வையத்திறல்.

அகவல்

அன்னைஇன் றிரவில் அரசர் அரண்மனை
தன்னில் தங்கினாள் போலும்! தந்தையே,
சிறிது நேரம் செந்தமிழ்ப் பாட்டொன்று
பாடுக என்றாள் மின்னொளி
பாடுமுன் வந்தான் அழகன் பரிந்தே!

பஃறொடை வெண்பா

"அன்பு முதிர்ந்தவரே! ஐயா, விரைவில்நீர்
மன்னர் மகன்விரும்பும் மாங்கனிகள் ஐந்தாறு
தூயனவாய்க் கொண்டுவரத் தோப்புக்குப் போய்வாரும்
வாயூறிப் போகின்றான் வையத் திறல்அங்கே"
என்றான் அழகன்; உடன் ஏகினான் அம்முதியோன்!
"மன்றிடை ஆடும் மயிலேநன் மின்னொளியே!
மாவின் கனிமீது மையலுற்ற நம்இளங்கோ,
மாவின்மேல் ஏறியிங்கு வந்திடுவான் இந்நேரம்"
என்றான். இளமங்கை "ஏன்நீ நடந்துவந்தாய்?
மன்னன் மகன்குதிரை ஏறி வருவதென்ன?
உன்னிளங்கால் நோகா திருக்குமா? மன்னர்மகன்
தன்கால்கள் மட்டுமா மென்கால்கள்?"என்றே

அழகன் நிலைமைக் கிரங்கி அவனை
முழுதன்பால் நோக்கி முகநிலவு சாய்த்திருந்தாள்!"
வையத்திறல் வந்தான்; வஞ்சி வரவேற்றாள்.
கையால் தடுக்கிட்டாள் காற்சிலம்பால் பாட்டிசைத்தாள்;
இன்பஉருக் காட்டி எதிரினிலே நின்றிருந்தாள்.
அன்பால் "அமர்க"என வையத் திறல்சொன்னான்.
சற்றே விலகித் தரையினிலே கையூன்றி
மற்றுமிரு வாழைத் துடைகள் ஒருக்கணித்து
மின்னொளியும் உட்கார்ந்தாள் மேலாடைதான் திருத்தி!
"மின்னொளியே வீட்டில் விருந்தும் அருந்தினையோ?"
என்று வினவினான். கேட்ட எழில்வஞ்சி,
"அந்தப் பெரியவிருந் தேழைக் கருந்ருதினைருயோ?
இந்தவகை நீமட்டும் ஏன்தான் அருந்தினையோ?
கூழ்குடித்தார் இவ்வூர்க் குடித்தனத்தார் எல்லாரும்!
வாழ்வுக்கே வந்தவர்கள் வாய்ப்பாய் விழுங்கினரே!"
என்றாள் முகஞ்சுருங்கி. இன்னல் உளங்கவர
"மன்னர் வகுப்பென்றும் மற்றவகுப் பென்றும்
இந்நாட்டில் இல்லா தினிமேற் புரிந்திடுவேன்"
என்றான்!அவ் வேளை முதியோன் எதிர்வந்து
"தித்திக்கும் மாம்பழங்கள் தேடிக் கொணர்ந்தேன்நான்
பத்துக்கும் மேலிருக்கும் பாராய் இளங்கோவே"
என்றான். பழத்தோடு வையத் திறலோ,தன்
குன்றை நிகர்த்த குதிரைஏ றிச்சென்றான்!
"போய்வருவேன்"என்றான் அழகன். இளவஞ்சி,
வாயு மிரங்க, மனமிரங்க "நீநடந்தா
போகின்றாய்?"என்றாள். "புதிதல்ல"என்றழகன்
ஏகலுற்றான் மின்னொளியை ஏய்த்து.

8

இடம்: அரண்மனை.
நேரம்: காலை.
உறுப்பினர்: பெருநாட்டின் அமைச்சன், புலித்திறல்.

அகவல்

அரியணை அமர்ந்த அரசனின் எதிரில்
பெருநாட் டமைச்சன் பிச்சனும் அமர்ந்தே
"அரசே, உன்னைநான் அணுகிய தேன்எனில்
பெருநாட்டு மன்னனின் ஒருமக ளான
'பெருந்திரு'என்னும்அப் பேரெழி லாளைஉன்
திருமகன் வையத் திறல் மணப்பது
பெருவான், நிலவைப் பெறுவ தாகும்!
இந்த உறவினால், இவ்வை யத்தில்
எந்தப் பகைவரும் இல்லா தொழிவர்.
அதனால் திறல்நாடும் அப்பெரு நாடும்
எதனாலும் மேன்மை எய்துதல் கூடும்!
திருவுளம் யா"தெனக் கேட்டான்.
அரசன் மகிழ்ச்சியால் அறைவான் ஆங்கே:

கண்ணிகள்

'மிக்க மகிழ்ச்சி அமைச்சே! - மிக
மேன்மை யுடையதிவ் வெண்ணம்.
சிக்கல்கள் பற்பல தீரும் - பல
தீமைமைகள் மாய்வது திண்ணம்;
திக்கை நடுங்கிட வைக்கும் - இத்

திருமண வுறவு!மெய் யன்றோ!
விக்குள் எடுக்கையில் தண்ணீர் - உன்
விண்ணப்பம்'என்றனன் மன்னன்.
"வையத் திறற்கிதைச் சொல்க! - அவன்
மணந்துகொள் ளத்தக்க வண்ணம்
செய்க எனக்கிதை நாளை - நீ
தெரிவிக்க"என்றனன் பிச்சன்.
"செய்திடுவே னிதை இன்றே - நான்
செப்பிடுவேன் பதிலை நாளை!
துய்யஎன் மன்னி கருத்தும் - கேட்டுச்
சொல்லுவேன்"என்றனன் மன்னன்.

9

இடம்:அரண்மனை மகளிர் இல்லம்.
நேரம்:முதிர்காலை.
உறுப்பினர்:புலித்திறல், மன்னி.

அகவல்

பாங்கியர் அப்புறப் படுத்தப் பட்டனர்.
ஆங்கொரு கட்டிலில் அரசனும், மன்னியும்
விரைவில்வந் தமர்ந்தனர். வேந்தன் முகத்தில்
புதுமை கண்டாள் மன்னி
அதனை யறிய ஆவல்கொண் டனளே!

கண்ணிகள்

"பெண்ணேஉன் மகனுக்குப் பெருநாட்டான் - தன்
பெண்ணைக் கொடுப்பதெனும் நல்ல செய்தியைக்
கொண்டுவந் தான்அமைச்சன் என்னசொல்கின்றாய் - உன்
கொள்கையும் தெரிந்திட வேண்டு மல்லவோ?
அண்டைநாட் டரசனின் உறவாலே - நமக்
கல்லல் குறையுமெனல் உண்மை யல்லவா?
தொண்டைக் கனிநிகர்த்த இதழாலே - எண்ணம்
சொல்லுக"என்றுமன்னன் சொன்ன அளவில்,
"அண்ணன் எனக்கிருக்க மகளிருக்கப் - பெண்
அயலினிற் கொள்ளுவது தக்க தல்லவே?
வெண்ணையை வைத்துநறு நெய்க்கழுவதா? - என்ன
வேடிக்கை!"என்றுமன்னி துன்ப மடைந்தாள்.

"கண்ணுக்குப் பிடித்தவள் அண்ணன்மகளா - அக்
கட்டழகியா, இதனை மைந்த னிடமே
எண்ணி யுரைக்கும்படி சொல்லிவிடுவோம் - அவன்
எண்ணப்படி நடப்போம்"என்றனன் மன்னன்.
"சேயை அழைத்துவரச் சொல்லுக"வென்றான் - அவன்
"தேரேறி நகர்வலம் சென்றனன்"என்றாள்!
"ஆயினும் காவலரை விரைந்தனுப்பி இங்
கழைப்பிக்க வெண்டுமெனமு மன்னன் உரைத்தான்.
புதூயஎல் லைப்புறத்தின் காட்சிதனையே - அவன்
துய்த்திடச் சென்றதுண்டு வந்த பிறகே
ஆயஇச் செய்திதனை அறிவிக்கலாம்" - என
அரசி அரசனிடம் சொல்லி மறுத்தாள்!

10

இடம்: அரண்மனைத் தனியறை.
நேரம்: காலை.
உறுப்பினர்: மன்னி, வையத்திறல், மன்னன்.

அகவல்

வையத் திறலை மன்னி யழைத்துத்
"துய்ய மகனே, வையத்திறலே,
உன்மணம் பற்றி உன்னிடம் பேச
மன்னர் தேடினார். மகன்இல்லை என்று
சொன்னேன். உன்னை முன்னே நான்கண்
டென்க ருத்தினை இயம்ப எண்ணினேன்!
பெருநாட் டானின் 'பெருந்திரு'தனைநீ
திருமணம் செய்யத் திட்ட மிட்டனர்.
என்னருந் தமையன் ஈன்ற பெண்ணாள்
உன்னரும் பண்புக் கொத்தவள் அன்றோ?
அழகிற் குறைவா? அன்பிற் குறைவா?
ஒழுக்கம் அனைத்தும் ஒருவானவள்
அவளைநீ மணப்ப தாக
அவரிடம் கூறுவாய்"என்றாள் அரசியே!

கண்ணிகள்

"ஆய கலைகள் அறுபத்து நான்கையும் அம்மா - நான்
ஆய்ந்தபின் பேமணம் ஆர்ந்திட எண்ணினேன் அம்மா.
தீயன நல்லன காணாத இப்பரு வத்தே - ஒரு
சேயிழை யோடறம் செய்வதெவ் வாறுளம் ஒத்தே?

தூயஇந் நாட்டினை ஆளுந் திறம்பெற வேண்டும் - நான்
தொல்லறி வோரிடம் கல்வி பயின்றிட வேண்டும்.
பாயும் பகைவர் தமக்கிடை யேஉல காள - எனைப்
பாரோடு போராடும் வண்ணம் பயிற்றுக"என்றான்.
வையத் திறல் சொன்ன பேச்சினைக் கேட்டனள் மன்னி -
தன்
வாயை அடக்கினள் ஏதும்சொல் லாம லிருந்தாள்.
பையவந் தானந்த நேரத்திலே எழில் மன்னன் - "எந்தப்
பாவையை நீமணம் செய்திட எண்ணினை"என்றே
துய்யதன் மைந்தனைக் கேட்டனன். அன்னை
யுரைப்பாள் - "அவன்
துய்க்க நினைப்பது பல்கலையே"என்று சொன்னாள்.
வையக மாளும் புலித்திறல் மன்னவன் கேட்டே - தன்
மைந்தன் கருத்தினை நன்றெனச் சொல்லி நடந்தான்.

11

இடம்: அரண்மனை.
நேரம்: மறுநாட் காலை.
உறுப்பினர்: புலித்திறல், பிச்சன்.

அகவல்

ஏந்தலைப் பிச்சன் எதிர்பார்த் தபடி
அரண்மனைத் தனியிடத் தமர்ந் திருந்தான்.
புலித்திறல் ஏந்தல் புறப்படு கதிர்போல்
வந்தான். பிச்சன் மழைநாட் குருவிபோல்
ஆவலோடு வணங்கி அமர அமர்ந்தான்.
"என்மகன் வேறோர் எழிலுறு பாவைபால்
தன்உளம் போக்கினான்"என்றான் மன்னன்.
"அவள்யார்?"என்றான் கவலையொடு பிச்சன்.
"பல்கலைப் பெண்"என்று மன்னன்
சொல்ல, அமைச்சன் சொல்வான் எழுந்தே!

கண்ணிகள்

"வையத் திறல்மொழி பொய்யே! - அவன்
மணம் வெறுத்திட வில்லை.
தையல் ஒருத்தியை மைந்தன் - உள்ளம்
தாவி யிருப்பது மெய்ம்மை.
துய்யவ னாம்பெரு நாட்டான் - பெற்ற
தோகை மணத்தை விலக்கப்
பொய்யுரைத் தான்!கலை மீது - நெஞ்சு
போனதென் றான்அது பொய்யே!

காளை முகத்தினிற் கண்டேன் - உயிர்க்
காதல் வருத்தத்தின் வீச்சு!
மீளவும் மைந்த னிடத்தே - மண
மேன்மையைச் சொல்லுக"என்றான்.
"காளை யுரைத்தது மெய்யே - அவன்
கருத்தில் ஐயுற வில்லை.
மீளவும் மைந்த னிடத்தே - சொல்லல்
வீணென்று"மன்னவன் சொன்னான்.
"மலையன் எம்பகை மன்னன் - அவன்
மகளைக் கட்டுவ தால்உன்
நிலை யுயர்ந்திடும் என்றே - நீ
நினைத் திருக்கவும் கூடும்.
பலபல நினை யாதே - எம்
பாவையை ஒப்புக"என்றான்.
"கலை பயில்களன் மைந்தன்" - என்று
கழறி னன்புலித் திறலே.
(அமைச்சன் சென்றான்.)

12

இடம்: திறல்நாட்டின் வயல்வெளி.
நேரம்: காலை.
உறுப்பினர்: காருடை பூண்ட செம்மறித்திறல், வயலுழுவோர்.

அகவல்

மேழி பிடித்த'கை'மேலாம் இடது'கை'!
தாழாக் கோல்'கை'வலது'கை'யாக,
முழங்கால் சேற்றில் முழுக,வாய் திறந்து
பழந்தமிழ் பாடினர் வயலில் உழுவோர்!
அவ்வழி அணுகிய செம்மறித் திறலின்
விழிகள் தொழிற்படும் உழவர்பால் விரைந்தன!
கருத்தோ கடலுலகு நிலைமையில் ஆழ்ந்தது!
செம்ம றித்திறல் பாடுவான்
அம்முழு துழைப்போர் அகத்தை நோக்கியே:

பாட்டு

எடுப்பு

ஆளுவோர் என்றே சிலரை
அளித்த துண்டோநீ உலகே?

உடனெடுப்பு

மீளுமாறின்றி மிகுபெரு மக்களைக்
கருவினில் விளைத்ததும் உண்டோ?

அடிகள்

வாளொடு பெற்ற துண்டோ சிலரை?
வடுவொடு பெற்றாயோ பலரை?
நாளும் உழைப்பவர் தமைப்பெற்ற தாயே,
நயவஞ்ச ரைப்பெற்று ளாயே?
மேலவர் என்றொரு சாதியையும்,
வீழ்ந்தவர் என்றொரு சாதியையும்
தோலில் குருதியில் அமைந்திடு மாறு
தோற்றுவித் தாயோ கூறு!

அகவல்

உழைப்பவர் என்றே ஓரினம் உண்டோ?
பழிப்பிலா துலகின் பயனை நுகரும்
ஓரினம் உண்டோ பிறவியில்? என்றே
ஏரும் நிறுத்தி எண்ணினர் உழுநரே!
(செம்மறித்திறல் செல்கின்றான்.)

13

இடம்: மின்னொளி வீட்டின் எதிரில் உள்ள தோட்டம்.
நேரம்: இரவு, உண்டபின்.
உறுப்பினர்: அழகன், மின்னொளி, வையத்திறல், கிழவன்.

அகவல்

பழத்தோட் டத்தைக் கிழவன் நண்ணினான்
அழகன், மின்னொளி அருகரு கமர்ந்தே,
அரசன் மகன்தான் அனுப்பிய பண்ணியம்
அருந்து கின்றனர். அழகன் அருந்த
மின்னொளி விரும்பி வேண்டுவாள் அவனை!
அதனை மின்னொளிக் களிப்பான் அழகன்!
உற்றதந் தைக்கென ஒருபங்கு வைத்து
மற்றவை இருவர் அருந்தினர்.
தெற்றென வந்தான் அரசன் சேயே.

கண்ணிகள்

"பெருநாட்டு மன்னவன் பெண்ணை - நான்
பெற்றிட வேண்டுமென் றார்கள்.
ஒருநாட்டு மன்னவன் பெண்ணும் - எனக்
குண்மையில் வேண்டுவ தில்லை;
திருநாட்டி லேயொரு பாவை - அவள்
செல்வத்தின் நேர்பகை யாவாள்
இருநாட்டம் அன்னவள் மேலே - நான்
இட்டுவிட் டேன்என்று சொன்னேன்.
இவ்வாறு நான்சொன்ன தாலே - எனை

ஈன்றவர் ஒப்பிட லானார்;
அவ்விடத் தேபெரு நாட்டின் - ஓர்
அமைச்ச னிடத்திலும் சொன்னார்.
"வெவ்வுளத் தோடவன் சென்றான் - இந்த
வேடிக்கை எப்படி?"என்றே
மைவிழி மின்னொளி தன்பால் - எழில்
வையத் திறல்வந்து சொன்னான்.
"இத்திரு நாட்டினிற் பாவை - அவள்
யார்?"என்று கேட்டனள் வஞ்சி!
"முத்தமிழ்"என்றனன் செம்மல்! - இதை
மொய்குழல் கேட்டு வியந்தாள்.
"தித்திக்கப் பேசும் திறந்தான் - பெருஞ்
செல்வர்கட் கேவரக் கூடும்!
மெத்த வியப்புறும் பேச்சும் - நல்ல
வேந்தருக் கேவரக் கூடும்!
ஏழையர் கற்றது மில்லை - கல்வி
எய்திட வும்வழி இல்லை.
கூழை அருந்திக் கிடப்பார் - தம்
கூரையில் தூங்கி எழுந்தே
பாழும் உழைப்பினில் ஆள்வார் - நல்ல
பாங்கினில் பேசுதல் எங்கே?
வீழும் நிலைகொண்ட மக்கள் - எந்நாள்
மீளுவர்?"என்றனள் பாவை.
"இன்புறப் பேசி இருப்போம் - என
எண்ணிஇங் கேவரும் போதில்
துன்புறும் பேச்சுக்கள் பேசி - எனைத்
துன்பத்தில் ஆழ்த்திடு கின்றாய்!
தன்னலக் காரரை எண்ணி - மிகத்
தாழ்ந்தவர் தம்நிலை எண்ணி

மின்னொளி யேஎனை நொந்தாய் - இது
வீண்செயல்!"என்றனன் செம்மல்.
மேலும்வை யத்திறல் சொல்வான் - "நீ
வேண்டிய நற்பண்ணி யங்கள்
சால அனுப்பிவைத் தேனே - அவை
தக்கனவோ?"எனக் கேட்டான்.
"ஏலுமட் டும்புசித் தேன்நான் - அவை
ஏழையர் அத்தனை பேர்க்கும்
ஞாலத்தில் எந்நாள் கிடைக்கும்?" - என
நங்கை உரைத்தனள் ஆங்கே!
மாம்பழம் கொண்டுவந் திட்டான் - அம்
மங்கையின் தந்தை; விரைவில்
கூம்பும் முகத்தோடு செம்மல் - பழங்
கொண்டுசென் றான்பரி யேறி.
ஆம்பல் நிகர்த்திடும் வாயாள் - அங்
கழகனை நோக்கிப் புகல்வாள்:
"பாம்பு கிடந்திடும் பாதை - நன்று
பார்த்துச்செல்"என்றனள்; சென்றான்.

14

இடம்: பெருநாடு, ஆய்வுமன்றம்.
நேரம்: காலை.
உறுப்பினர்: பெருநாட்டு மன்னன், அமைச்சனான பிச்சன், படைத்தலைவன்.

அகவல்

"வையத் திறல்என் மகளை மறுத்தான்.
பெருநாட்டுப் பெருமையைத் திறல்நாடு மறுத்தது!
இதனை ஆய்க"என்று
பதறினான் மன்னன் பாங்குளார் இடத்தே.

ஆனந்தக் களிப்பு எடுப்பு

"திறல்நாடும் மலைநாடும் சேர்ந்தே - நம்
திருநாட்டை மாய்த்திட ஒருநாட்டம் வைத்தான்.
நறுமலர்க் கூந்தலி னாளை - நல்ல
நம்பெண்ணைப் பின்ஏன் மணக்க மறுத்தான்?
திறலற்ற மலையவன் பெண்ணை - அவன்
திருமணம் செய்திட வேநினைக் கின்றான்.
இறையே, படையெடுப் போம்நாம்" - என்
றியம்பினன் ஆங்கே படைத்தலை வன்தான்.
"அந்தத் திறல்நாட்டு மன்னன் - நம்
ஆயிழை தன்னை மறுத்தது மெய்தான்;
மந்தி மலையவன் பெண்ணை - அந்த
வையத்திறல் மணம் செய்ய நினைத்தல்
எந்தவகை அறிந் தாய்நீ - அதை

எப்படி நம்புவ"தென்றனன் மன்னன்.
குந்தி இருந்த அமைச்சன் - தன்
கோவை வணங்கி யுரைத்திட லானான்:
தேர்ந்தநல் ஒற்றர்கள் வேண்டும் - அத்
திறல்நாட்டி லேஅவர் தங்குதல் வேண்டும்.
நேர்ந்த நிகழ்ச்சிகள் யாவும் - அங்கு
நேரில் உணர்ந்து நிகழ்த்துதல் வேண்டும்.
சேர்ந்து மலையவன் பெண்ணை - அவன்
திருமணம் செய்திடல் மெய்யெனக் கண்டால்,
ஆர்ந்த பெரும்படை கூட்டி - அவன்
ஆட்சியைக் கைப்பற்ற லாம்"என்று சொன்னான்.
'நன்றிது என்றனன் மன்னன் - உடன்
நால்வர்நல் ஒற்றர்கள் தம்மை யழைத்தான்.
"இன்று திறல்நாடு சென்றே - அங்
கியலும் நிலைமைகள் யாவையும் இங்கே
அன்றன் றுரைத்திட வேண்டும். - இடை
அஞ்சற் படுத்திடும் ஆட்களி னோடு
சென்றிடு வீ"ரென்று சொன்னான்; - உடன்
சென்றனர் ஒற்றர்கள் கோவை வணங்கி.

15

இடம்: திறல்நாட்டின் புறநகரான வெண்ணகர்.
நேரம்: மாலை.
உறுப்பினர்: புலித்திறல் மன்னன், நகர மக்கள், செம்மறித்திறல்.

அகவல்

திறல்நாடு சார்ந்த வெண்ணகர் சென்று
அறநிலை யங்களை, பிறநிறு வனங்களை,
வழக்குத் தீர்ப்பார் ஒழுக்க மதனைச்
செழிப்பினை ஆய்ந்து, திருநகர் மக்கள்
விரும்பிய வண்ணம் வீற்றிருக் கின்றான்
பெருமணி மன்றில் அரும்புலித் திறல்தான்!
ஆங்கே ஒருகுரல் எழுந்தது!
மாங்குயில் அன்றது மக்கள் பாட்டே!

கண்ணிகள்

குரல்:
மாந்தரில் நான்கு வகுப்புக்கள் என்பதும் இல்லை - இல்லை
மன்னவ னாகப் பிறந்தவன் யாவனு மில்லை!
புலித்திறல்:
மாந்தரில் நான்கு வகுப்புக்கள் உண்டெனல் மெய்யே - மெய்யே
மன்னவ னாகப் பிறந்தவன் நான்எனல் மெய்யே!
குரல்:

நால்வகுப் பென்பது நூல்வகுப்பா தமிழ் நாட்டில்?
நற்றமிழ் மக்கள் ஒரேவகுப்பே தமிழ் ஏட்டில்.
புலித்திறல்:
நால்வகுப் பென்பது நன்மனுவே சொன்ன தாகும் - அது
நற்றமிழ் மக்கள் எவர்க்கும் பொருந்துவ தாகும்.
குரல்:
மேல்வர எண்ணிய ஆரியர் நூல்கள் நமக்கோ? - மிகு
வீழ்ச்சியும் தாழ்ச்சியும் செந்தமிழ் மக்கள் தமக்கோ?
புலித்திறல்:
கோல்கைக் கொண்டுள மன்னவன்நான் என்றன் ஆணை
- இக்
கொள்கையைப் பின்பற்ற ஒப்பா தவர்நிலை கோணை!
குரல்:
கோலை எடுத்தவன் மேலெனக் கூறுதல் குற்றம் - பெருங்
குற்றமன் றோமக்கள் தாழ்வென்று கூறுதல் முற்றும்?
புலித்திறல்:
நூலை மறுத்துநம் கோலை எதிர்ப்பவர் தம்மை - நாம்
நோவ ஒறுத்திடில் யார்தடுப் பார்இங்கு நம்மை?
குரல்:
ஆள்பவர் சிற்சிலர்! ஆட்பட் டிருப்பவர் பல்லோர் -
எனில்
அல்லல் அடைபவர் அப்படியே என்றும் நில்லார்.
புலித்திறல்:
வாளுண்டு கையினில் இன்றைக்கும் நாளைக்கும் உண்டு
- நிலை
மாற்ற நினைப்பவர் வந்திட லாமே திரண்டு!

அகவல்

செம்ம றித்திறல் அரையடி செப்பவும்
புலித்திறல் அரையடி புகலவும் ஆக
அங்குள குடிகள் அனைத்தும் அறிந்தார்.
இங்கிது கண்ட புலித்திறல்,
எங்கே செம்மறி என்றெழுந் தனனே!

அறுசீர் விருத்தம்

இருக்கைவிட் டெழுந்தான் சீறி
ஏகினான் வெளிப்பு றத்தே!
ஒருத்தனை உணர்ச்சி மிக்க
செம்மறித் திறலை நோக்கிப்
"பிரித்தேன்உன் ஆவி"என்றான்.
மன்னவன் பிடித்த வாளைச்
சிரித்தசெம் மறித்தி றல்வாள்
சிதைத்தது; திகைத்தான் மன்னன்.
செம்மறி செப்பு கின்றான்:
"திறல்நாட்டு மக்கள் தம்பால்
மெய்ம்மையே புகல்வேன்! மக்கள்
மேல்என்றும் மட்ட மென்றும்
பொய்மையால் புகலும் ஏட்டைப்
புகலுவார் தம்ஏற் பாட்டை,
இம்மாநி லத்தில் மாற்ற
ஆவன இயற்றித் தீர்வேன்.
"இதுவேநான் மக்கட் கிந்நாள்
இயற்றிட எண்ணும் தொண்டு!
முதியோன்நீ உடன்பி றந்தாய்
உன்னுயிர் முடிப்ப துன்றன்
அதிகாரம்! அல்லால் என்கை

அவ்வினை செய்வ தில்லை!
பொதுமக்கள் உள்ளம் நோக்கப்
போகின்றேன்"என்று போனான்.

16

இடம்: திறல்நாட்டின் நகர்ப்புறத்தில் ஒரு குளக்கரை.
நேரம்: காலை.
உறுப்பினர்: அழகன், பெருநாட்டின் ஒற்றனான வேலன்.

அகவல்

குளக்கரை தன்னில் கொம்பு கொண்டு, பல்
விளக்கும் அழகனை வேலன் அணுகி,
"எவ்வூர்"என அவன் இவ்வூர்மு என்றான்.
"என்ன அலுவல்"என்றான். அழகன்
"மன்னன் மகனின் துணையாள்"
என்றான். வேலன் புவணக்கம்மு என்றானே!

அறுசீர் விருத்தம்

"பொன்னாற்றூர் முத்துச் செட்டி
புதல்வன்நான் வாணி கத்தில்
பொன்னெலாம் இழந்தேன் என்றன்
புதுமனை யாளும் செத்தாள்.
என்னைநீ காக்க வேண்டும்
எளியன்நான்"என்றான் வேலன்.
"என்னநான் செய்யக் கூடும்"
என்றந்த அழகன் சொன்னான்.
"அரண்மனை அலுவல் ஒன்று
சின்னதாய் அடைந்தால் போதும்
அரசனின் மகனுக் கோநீ
அன்பான துணைவன் அன்றோ?

உரைத்தால்நீ இளங்கோ கேட்பான்
ஒருக்காலும் மறுக்க மாட்டான்.
அருள்என்மேல் வைக்க வேண்டும்
அன்பனே"என்றான் வேலன்.
"நாளைவா நண்பா!"என்றே
அழகனும் நவின்றான்.வேலன்
"வேளைநான் தவற மாட்டேன்
வருகின்றேன்"என விளம்பிக்
"காளைஅவ் வரசன் மைந்தன்
கடிமணம் எப்போ"தென்றான்.
"கேளாதே அதனை"என்று
கிளத்தினான் அழகன் ஆங்கே!
"கேட்டது குற்ற மானால்
மன்னிப்புக் கேட்கின் றேன்நான்!
நாட்டினில் நானோர் ஏழை
நாளைக்கே அலுவல் ஒன்று
காட்டினால் மிகநன் றாகும்;
கைக்கூலி நூறு பொன்னும்
நீட்டுவேன் உனக்கே"என்று
நிகழ்த்திட லானன் வேலன்.
"ஏழைநீ, நூறு பொன்னை
எனக்கெவ்வா றீதல் கூடும்?
தோழனே, உன்றன் சொல்லில்
ஐயமே தோன்றச் செய்தாய்!
வாழிநீ உண்மை கூறு
மறையேல்"என் றழகன் கூறத்
"தோழனே நாளை வந்து
சொல்லுவேன்"என்று போனான்.

17

இடம்: படைவீடு.
நேரம்: இரவு, உண்டபின்.
உறுப்பினர்: படைமறவர், செம்மறித்திறல்.

அகவல்

படைமறவர் உண்டார், படுக்கை சார்ந்தார்.
இடைவானம் ஈந்த அமுதுபோல் ஒருகுரல்
காதிற் புகுந்தது. மறவர்
யாதெனக் கருத்தில் ஏற்கலா யினரே.

எண்சீர் விருத்தம்

இந்த நாடு பொதுமக்கள் சிறையே!
எவரும் நிகரென்ற பொதுவுரி மைதனைப்
பொந்தில் ஆந்தைநிகர் மன்னன் பறித்தான்
போரின் மறவரே உங்களின் துணையினால்!
கந்தை யின்றி உணவின்றிப் பொதுவினர்
காலந் தள்ளி வருவது கண்டிரோ!
இந்த நாடு பொதுமக்கள் நாடன்றோ?
நீவிரெல் லீரும் இந்நாட்டு மன்னரே!
மன்ன ராகப் பிறந்திட்டோம் என்கின்றார்!
மக்கள், ஆட்படப் பிறந்தவர் என்கின்றார்!
இன்ன வாக்கு நுந்துணை இல்லையேல்
மன்னர் எங்கே, பெரும்படை மறவரே?
இந்நி லத்துப் பெருமக்கள் ஓர்கடல்!

இடர்செய் மன்னவர் அக்கடற் குமிழிகள்!
இன்று கருதுக குடிகளே, மறவரே!
நாளைக் கேகுடி யரசினை நாட்டலாம்.
தமிழ்மொ ழிக்குள ஆக்கத்தைப் போக்கினார்.
தமிழர் கொள்கையைத் தலைசாய்க்க எண்ணியே
அமுதை நீக்கியோர் நஞ்சைவார்க் கின்றனர்;
அத்த னைக்கும் நும்துணை கேட்கின்றார்.
உமையெ லாம்அந்த மன்னவர் கைகளின்
உளிக ளாக்கி நாட்டைப் பிளப்பதோ?
நமது கொள்கை மக்களெ லாம்நிகர்!
நான்கு சாதிகள் ஆரியர் கொள்கையே!

அகவல்

படைவீட்டுப் படுக்கையில் இக்குரல் புகுந்து
நடைமுறை தன்னில் நாணிட வைத்தது.
மறவர்கள் தூக்கம் மாய்ந்திட
இறவாப் பெருவிழிப் பெய்தினர் ஆங்கே.

18

இடம்: திறல்நாடு அரண்மனையின் உட்புறம்.
நேரம்: காலை.
உறுப்பினர்: ஆண்டாள், மின்னொளி.

அகவல்

அரண்மனை தன்னில் ஆங்காங்குச் சென்று
மின்னொளி தன்தாய் தன்னைத் தேடினாள்.
காவல் அறையில் பொன்னியொடு
மேவி இருப்பது கண்டுவியந் தாளே!

கண்ணிகள்

"வீட்டை மறந்தாயோ - எனையும்
வேம்பென விட்டாயோ?
நாட்டில் அரண்மனையே - உனக்கு
நன்றெனக் கொண்டாயோ?
போட்டது போட்டபடி - விடுத்தே
போனாள் அரண்மனைக்கே
கேட்டுவா எண்றுரைத்தார் - தந்தைதாம்"
என்றனள் கிள்ளை மின்னாள்.
"மன்னர் கொழுந்தியடி - நிலைமை
மங்கிட லானதடி!
கன்னல் மொழியாளை - மன்னவன்
காவலில் வைத்தானே!
என்னைத் துணையாக - வைத்தனன்
ஏந்தலின் நன்மகன்தான்.

உன்னை மறக்கவில்லை - தந்தையை
உளம் மறந்ததில்லை"
என்றனள் ஆண்டாள்தான் - இந்நிலை
ஏனென்று கேட்டவளாய்
மின்னொளி நின்றிருந்தாள் - அவள்தாய்
மேலும் உரைக்கின்றாள்:
"மன்னவன் தம்பியினை - அச்செம்
மறித்திறல் தனையே
பொன்னியும் காதலித்தாள் - இதனைப்
புலித்திறல் எதிர்த்தான்.
புகலும் செம்மறிதான் - வேடர்தம்
புலைச்சி யின்மகனாம்;
இகழத் தக்கவனாம் - அவனை
இவ்விடம் வைக்காமல்
அகற்றி விட்டார்கள் - இந்தநல்
அரண்மனைக் குடையார்.
மிக இரக்கமடி - நினைத்தால்
வெந்திடும் உள்ள"மென்றாள்.
"வேட்டுவ மங்கையிடம் - மறிதான்
வேந்தனுக் கேபிறந்தான்
நாட்டில் அவன்புலையன் - எனவே
நவிலல் என்னமுறை?
ஏட்டினில் உள்ளதுவோ? - தமிழர்
இனத்தில் வேற்றுமைதான்?
வேட்டுவர் மக்களன்றோ?"எனவே
விண்டனள் மின்னொளிதான்.
"தோட்டத்தில் ஆடியிரு - மகளே
தூயவை யத்திறலைக்
கேட்டு வருகின்றேன் - விரைவில்

கிள்ளையே வீட்டுக்"கென
நாட்டம் உரைத்தாளே - ஆண்டாளும்!
மின்னொளி நன்றென்றே
தோட்டம் புகுந்தாளே - அழகிய
தோகைமயில் கண்டாள்.

19

இடம்: அரண்மனைத் தோட்டம்.
நேரம்: காலை.
உறுப்பினர்: மின்னொளி, வையத்திறல், ஆண்டாள், மன்னி.

அகவல்

பசும்புற் பச்சைப் பட்டு விரித்த
விசும்பு நிகர்த்த விரிதரை தன்னில்
முல்லை படர்ந்துபோய், விளாவை அளாவச்
செல்வச் செழுமலர் கொன்றை திரட்டி
ஆயிரம் கிளைக்கையால் அளித்து நிற்க
வாயடங் காது மணிப்புள் பாடப்
புன்னை மலர்க்கிளை தென்றற் பூரிப்பொடு
மின்னொளி வருகென அழைக்க
அன்ன நடையாள் அணுகினாள் ஆங்கே.

வெண்பா

வளர்ப்பு மயில்தான் மரத்தடியில் ஓடிக்
களித்தாடக் கண்டு களித்தாள் - கிளிப்பேடு
கெஞ்சியது சேவற் கிளிவந் தருள்புரிய
வஞ்சியது கண்டாள் மகிழ்ந்து!
தனியிருக்கும் தாழ்பலவைக் கண்டாள்பின் வேரில்
கனியிருக்கக் கண்டு வியந்தாள் - இனியவாம்
"பூக்முகண்டாள் பூவில் புதியபண் பாடுகின்ற
பூக்கண்டாள் இன்பங்கண் டாள்.

கோணிக்கொம் பாட்டியசெங் கொத்தலரிப் பூக்கண்டாள்
மாணிக்கம் கண்டாள் மகிழ்கொண்டாள் - சேண்நிற்கும்
தென்னையிலே பாளை சிரிக்கச் சிரிக்கின்றாள்
புன்னையிலே போய்க்கண்டாள் முத்து.
மின்னொளி ஆங்கே வெயிலில் உலவுகின்றாள்
மன்னன் மகனோ தொலைவினிலே - நின்றபடி
கண்டு களிக்கின்றான் கட்டழகைத் தன்னுளத்தால்
உண்டு களிக்கின்றான் உற்று!
மான்கண்டு பூரிக்கும் மங்கையினை மன்னன்மகன்
தான்கண்டு பூரிப்பான்! தையல்நல்லால் - வான்கண்ட
செம்மா துளங்கண்டு சேல்விழிபூ ரிக்கஅவன்
அம்மா துளங்காண்பான் ஆங்கு!
கோவைக் கனிகண்டு கோவையிதழ் பூரிக்கும்
பாவைஎழில் கண்டு பதறுகின்றான் - பூவைதான்
மாங்கனிக்குத் தாவுகின்றாள் மன்னன்மகன் உள்ளம்அத்
தீங்கனிக்குத் தாவும் தெரிந்து.
மின்னிடையும் தானசைய மேலாடை யும்பறக்க
அன்னநடை போடும் அழகுகண்டும் - அன்னவளின்
பஞ்சேறு மெல்லடியைப் பாடாமல் தன்காதல்
நெஞ்சேற நின்றான் நிலைத்து.
தேசு வெயிலதுதான் தேக்குநிழற் கீழேபொற்
காசு கிடப்பதுபோல் காட்சிதர - மாசில்லால்
செங்காந்தட் கைமுகவாய் சேர்த்தாள் இளங்கோவாய்
அங்காந்தான் அண்ணாந்த வாறு.
அன்னோன் நிலையனைத்தும் அங்கவனைத் தேடிவந்த
மன்னி மறைந்திருந்து பார்க்கின்றாள் - மின்னொளிமேற்
கண்ணானான் பிள்ளை கருத்தழிந்தா னோஎன்று
புண்ணானாள் நெஞ்சு புகைந்து.
பூவையத் திறலே மகனே! திருவமுது

செய்யவா! செந்தீ விளைக்கின்ற - வெய்யில்
விழிபார்த்தல் தீமை விளைக்கும் அரசர்
வழிபார்த் திருக்கின்றார் வா!பூ
என்றுரைக்க மன்னி எதிரேதும் சொல்லாமல்
சென்றான் திறலோன் அரண்மனைக்கே - பின்னர்அங்கே
ஆண்டாளும் வந்தாள் அழைத்திட்டாள் தன்மகளை
மீண்டாள்தன் வீட்டுக்கு மின்.

இடம்: அரண்மனைத் தனியறை.
நேரம்: காலை.
உறுப்பினர்: புலித்திறல், புலித்திறல் மன்னி.

அகவல்

வேண்டுகோள் விட்டாள்; வேந்தன் வந்தான்.
பூஈண்டமர்க ஈண்டமர்க! பூ என்றாள் மன்னி
மன்னன் முகத்தை மலர்க்கையால் ஈர்த்தே
ஐயம் அடைந்தேன் என்றாள்.
வையத் திறலின் வகையுரைப் பாளே!

கலிவெண்பா

"பூக்காரி யின்மகளைப் பூங்காவில் நம்பிள்ளை
நோக்கிய நோக்கின் நிலையினைநான் -
போய்க்கண்டேன்.
கீழ்மகளைப் பிள்ளைமனம் கிட்டிற்றா? அல்லதவள்
தாழ்நிலையி லேயிரக்கம் தட்டிற்றா? - வாழ்வில்
தனக்கு நிகரில்லாத் தையள்பால் பிள்ளை
மனத்தைப் பறிகொடுக்க மாட்டான் - எனினும்,
தடுக்குத் தவறும் குழந்தைபோல் காளை
துடுக்கடைந்தால் என்செய்யக் கூடும்? - வெடுக்கென்று
வையத் திறலுக்கென் அண்ணன் மகளைமணம்
செய்துவைத்தல் நல்லதெனச்" செப்பினாள் -
துய்யதென்று
மன்னன் உரைத்தான்; மகனை வரவழைக்கச்

சொன்னான்; தொடர்ந்தாள்அம் மாது.

இடம்: அரண்மனைத் தனியிடம்.
நேரம்: முதிர்காலை.
உறுப்பினர்: புலித்திறல், மன்னி, வையத்திறல்.

அகவல்

மன்னனும் மன்னியும் மைந்தனை "நில்"என்று
கூறித் தமது கொள்கையைக்
கூறு கின்றார் சீறும்உளத் தோடே:

கண்ணிகள்

"மணம்செய்து கொள்ளுதல் வேண்டும் - உன்
மாமனின் பெண்ணை மணந்திட வேண்டும்;
இணங்கிட வேண்டும் இதற்கே - நீ
ஏதும் தடைசொல்ல லாகாது கண்டாய்.
அணுகும்உன் அன்னையின் அண்ணன் - பெற்ற
ஆரெழில் மங்கையை நீமணந் திட்டால்
வணங்குமிந் நானிலம் உன்னை" - என்று
மன்னவன் சொல்ல மறுத்துரைப் பான்சேய்:
"மணம்செய்து கொள்வது நானா? அன்றி
மாநிலம் ஆளும்இம் மன்னவன் தானா?
இணங்கிட வேண்டுமென் கின்றீர் - எனில்
என்மன மோமணம் ஒப்பிட வில்லை.
அணங்கினை மாமனின் பெண்ணை - எனை
அச்சுறுத் திப்பெறு மாறு புகன்றீர்.
வணங்குகின் றேன்தந்தை தாயே - நான்

மணம்புரி யேன்"என்று செம்மல் மறுத்தான்.
காவலர் தம்மை அழைத்தான் - மன்னன்
கட்டுக இங்கிவன் கைகளை என்றான்.
ஆவல் மறுத்ததி னாலே - என்றன்
ஆணைக்குக் கீழ்ப்படி யாததி னாலே
காவற் சிறைக்கிவன் செல்க - என்றன்
கட்டளை தன்னை மறுத்திடு வீரேல்
சாவது மெய்யென்று சொன்னான் - அந்தத்
தறுகண்ணர் செம்மலைச் சிறையினிற் சேர்த்தார்.
வையத் திறல்சிறை சென்றான் - பின்னர்
மன்னவன் தன்மனை யாளிடம் சொல்வான்:
"பையனை விட்டுவைத் திட்டால் - அந்தப்
பாவையைக் கூட்டி நடந்திடல் கூடும்.
வையம் பழித்திடு முன்னே - அவன்
மனது திரும்பிடும் என்று நினைத்தே
வெய்ய சிறைதன்னில் வைத்தேன்" - என்று
வேந்தன் உரைத்தனன். மன்னி மகிழ்ந்தாள்.

இடம்: அரண்மனையில் வையத்திறல் அறை.
நேரம்: முன்மாலை.
உறுப்பினர்: அழகன், மன்னி, மன்னன்.

அகவல்

அழகன், வையத்திறல் அறைக்குச் சென்றான்
முழுதும் ஆய்ந்த விழிகள் ஏமாந்தன;
புலித்திறல் மன்னிபால் போனான்
நலிப்புடன் அவளிடம் நவில லாயினனே.

கண்ணிகள்

"வையத் திறல்வந்த துண்டோ? - அன்னாய்
மற்றெங்குச் சென்றனன் சொல்வாய்?
வெய்யில் கொதிக்கின்ற நேரம் - அவன்
வேறெங்கும் சென்றிட மாட்டான்;
துய்யவன் தன்னறை பார்த்தேன் - அங்கும்
தோன்றலை நான்காண வில்லை
எய்தநல் அம்பினைப் போலே - உடன்
இங்குவந்தேன்"என்று சொன்னான்.
"ஆண்டாள் மகள்மீதில் அன்பால் - என்றன்
அண்ணனின் பெண்ணை மறுத்தான்.
பூண்டான் பெரும்பழி தன்னை! - மனம்
புண்படச் செய்ததி னாலே
ஈண்டு சிறைப்பட லானான் - அவன்
எண்ணம் திருந்திட வேண்டும்.

யாண்டும் இதைச்சொல்ல வேண்டாம் - இது
என்ஆணை"என்றனள் மன்னி.
"இப்பிழை செய்திட வில்லை - நெஞ்சம்
ஏந்திழை மேல்வைத்த தில்லை.
செப்புவ துண்மைஎன் தாயே - அவன்
சிறையிடை வாழ்வது முறையோ?
கற்பது தான்அவன் நோக்கம் - பின்னர்
கடிமணம் செய்வது நோக்கம்;
மெய்ப்பட வேஉரைக் கின்றேன் - அவன்
மீளும்வகை செய்க"என்றான்.
மன்னனும் அவ்விடம் வந்தான் - அந்த
மன்னவன் மைந்தனின் நண்பன்
பின்னும் உரைத்திட லானான்: - புஉன்றன்
பிள்ளையின் மேற்பிழை யில்லை
மின்னொளி மேற்கருத் தில்லை - அவன்
வெஞ்சிறை வாழ்வது நன்றோ?மு
என்றுரைத் தேநின்ற போது - மன்னன்
"என்அழ காஇது கேட்பாய்.
அன்னவன் உள்ளக் கிடக்கை - நானும்
ஆய்ந்திட வேண்டும் அதற்குள்
உன்மொழி நம்பிட மாட்டேன் - அவன்
உற்ற சிறைமீட்க மாட்டேன்.
இன்ன நிகழ்ச்சிகள் யாவும் - நீயே
எங்கும் உரைத்திட வேண்டாம்மு
என்றான் புலித்திறல் மன்னன் - சரி
என்றுரைத் தான்அழ கன்தான்.

இடம்: சிறைக்கூடம்.
***காலம்:** முன்னிரவு.*
உறுப்பினர்: வேல்விழி, சிறைக்காவற்காரன், வையத்திறல்.

அகவல்

சிறையில் வையத் திறலிருக் கின்றான்.
காவற் காரன் கடிது சென்று
"மின்னொளி பார்க்க வேண்டு மென்றாள்"
என்று சொன்னான். "இட்டுவா இட்டுவா"
என்றான் இளங்கோ! 'வேல்விழி'யாளவள்
முகமலர் மறைய முக்கா டிட்டு
விரைந்தாள்! இரும்பு வேலிப் புறத்தே
இருக்கும் செம்மல் இருவிழி மலர்ந்தே
"மின்னொளி மின்னொளி விளையாடும் மயிலே!
உன்மேல் வைத்த காதல் உளவறிந்து
மன்னவன் என்னைச் சிறையில் வைத்தான்!
என்றன் உயிரே வாவா!"என்றனன்.
"மின்னொளி அன்றுநான்; வேல்விழி அன்றோ
என்னை மணந்துகொள்"என்றாள்.
மன்னவன் மகனின் உள்ளம் எரிந்ததே.

கண்ணிகள்

"என்னெதிர் நிற்கவும் வேண்டாம் - இங்

கேதும் புகன்றிட வேண்டாம்.
உன்னை மணந்திட மாட்டேன் - நீ
ஒட்டாரம் செய்திட வேண்டாம்.
மின்னொளி என்னுயிர்"என்றான் - வந்த
வேல்விழி ஓடி மறைந்தாள்.

24

இடம்: சிறைக்கூடம்.
நேரம்: இரவு.
உறுப்பினர்: புலித்திறல், வையத்திறல், அழகன்.

அகவல்

வையத் திறலை மன்னன் அணுகினான்.
சிறையின் கதவு திறக்கப் பட்டது.
புலித்திறல் புகுந்தான் புதல்வனைப் பற்றி
வலிதில் இழுத்து மண்ணிற் சாய்த்துச்
சாட்டையாற் கைகள் சலிக்க அடித்தான்.
"ஆட்படும் இனத்தின் அணங்கை மணப்பதா?
வாட்படை மன்னரின் மாண்பைக் குறைப்பதா?
மின்னொளி தன்னை வெறுப்ப தாகவும்
வேல்விழி தன்னை விரும்புவ தாகவும்
விளம்பும் வரைக்கும் மீள மாட்டாய்."
என்று கூறி மன்னன் ஏகினான்.
அழகன் உணவுடன் அங்கு வந்தான்.
குருதிப் பெருக்கில் கொற்ற வன்மகன்
கிடந்தது கண்டு நடுங்கி, புஅன்பனே
எவரால் நேர்ந்த இன்னல் ஐயோ!மு
என்று பதறினான். இளங்கோ, "அழகனே
வேல்விழி தன்னை வெறுத்ததால் என்னைத்
தந்தை சாட்டையால் அடித்தார்"என்றான்.
அழகன் அவ்வுரை கேட்டே
அழற்படு நெஞ்சுடன் சென்றான் அயலிலே.

25

இடம்: திறல்நாட்டின் நகர்ப்புறம்.
நேரம்: நள்ளிரவு.
உறுப்பினர்: பெருநாட்டின் ஒற்றர், அழகன்.

அகவல்

அனல்பட்டுத் தாண்டுவான் போலும் அழகன்,
பெருநாட்டின் ஒற்றர் எதிரில்
விரைந்தோடி நின்றான் விளம்புகின் றானே:
பஃறொடை வெண்பா
"பெருநாட்டான் பெற்ற பெருந்திருவை அன்றி
ஒருநாட்டு மங்கையையும் நான்மணக்க ஒப்பேனே
என்றுரைத்தான் மன்னன்மகன் என்ன பிழையிதிலே?
அன்றே சிறைவைத்தான் ஆணழகை அவ்வரசன்
காட்டுமலை யன்மகளைக் கட்டிக்கொள் என்றுசொல்லிச்
சாட்டையினால் சாகப் புடைக்கின்றான் தன்கையால்!
செங்குருதிச் சேற்றில் சிறையில் மடிகின்றான்.
எங்கிதனைச் சொல்வேன் இரக்கம் உமக்கிலையோ?
அஞ்சல் எழுதிவிட்டான் ஆட்களையும் போகவிட்டான்!
வஞ்சியொடும் அந்த மலைவேந்தன் வந்திடுவான்.
ஏழெட்டு நாளிலந்த ஏந்திழையைத் தான்மணந்து
வாழட்டும் அல்லதவன் மாயட்டும் என்கின்றான்.
பெண்ணில் பெருந்திருவை யான்மணப்பேன் அல்லாது
மண்ணில் மறைந்திடுவேன் என்கின்றான்
மன்னன்மகன்."
என்றே துடித்தான் அழகன்! இதுகேட்டு
நின்றிருந்த ஒற்றர் நெடுமூச் செறிந்தவராய்,

"இங்கிதனை யாரிடத்தும் சொல்லாதே. நாளைக்கே
அங்குள்ள எங்கள் அரசர் பெரும்படைதான்
பொங்கும் கடல்போற் புறப்பட்டு வந்துவிடும்!
மங்காத நெஞ்சத்து வையத் திறல்மீள்வான்!
அன்றே பெருந்திருவை அன்னோன் மணந்திடலாம்.
இன்றே இதோநாங்கள் செல்கின்றோம்"என்றுரைத்தே
தம்குதிரை மேலேறித் தட்டினார்! நல்லழகன்
அங்கே மகிழ்ந்திருந்தான் அன்று.

இடம்: ஏரிக்கரை.
நேரம்: காலை.
உறுப்பினர்: மண்ணெடுப்போர், அழகன்.

அகவல்

ஏரி தூர்க்குமண் எடுப்பார் பல்லோர்
ஆங்கே அழகன் சென்றுதன்
தாங்காத் துயரம் சாற்றினான் மிகவே.

எண்சீர் விருத்தம்

"ஏரியிலே மண்ணெடுத்துக் கரைஉ யர்த்தும்
தோழர்களே! இப்பெரிய நாட்டின் ஆணி
வேரினிலே பெருநெற்றி வியர்வை நீரை
விட்டுவளர்த் திடுகின்ற நாட்டு மக்காள்!
ஊரினிலே தெருவினிலே வீட்டில் எங்கும்
உம்உழைப்பைப் பொன்னெழுத்தால் காண்ப தன்றி
ஆரிங்கே உழைத்தார்கள்? அரசன் என்போன்
அரசியொடு பொன்னூசல் ஆடு கின்றான்.
சடுகுடுவென் றேநெய்வீர் கந்தை யில்லை
தார்வேந்தன் கட்டுவது சரிகை வேட்டி!
கடல்நடுவில் முத்தெடுப்பீர்; கஞ்சி யில்லை!
கடனறியா வேந்துக்கு முத்துத் தொங்கல்!
மடுப்புனலும் செங்குருதிப் புனலும் வார்த்து
வளவயலில் களையெடுத்துக் காத்த செந்நெல்
அடுக்களையில் கண்டீரோ! அரசன் வீட்டில்

ஆன்நெய்யில் சீரகச்சம் பாமி தக்கும்!
எவன்படைத்தான் இந்நாட்டை? இந்த நாட்டை
எவன்காத்தான்? காக்கின்றான்? காப்பான்? கேளிர்!
தவழ்ந்தெழுந்து நடந்துவளர் குழந்தை போலும்
தரை,வீடு, தெரு,சிற்றூர், நகரம் ஆக
அவிழ்ந்ததலை முடிவதற்கும் ஓயாக் கையால்
அணிநாட்டைப் பெற்றவர்கள் கண்ணு றங்கிக்
கவிழ்ந்திடஓர் ஈச்சம்பாய் இல்லை. தங்கக்
கட்டிலிலே ஆளவந்தார் நாயு றங்கும்!
சிற்றூரில் ஆயிரம்பேர் செழுந கர்க்குள்
திகழ்பன்னூ றாயிரம்பேர் விழுக்கா டாக
முற்றுமுள நாட்டிலுறு மக்கள், எண்ண
முடியாத தொகையினர்கள்; அவர்கள் எல்லாம்
கொற்றவரின் பார்ப்பனரின் விரல்விட் டெண்ணும்
குடும்பங்கள் இடும்பணிக்குத் தலைவ ணங்கிக்
குற்றேவல் செயப்பிறந்தார் என்றார். மற்றும்
கொழுக்கட்டை யாய்ப்பிறந்தோம் நாங்கள் என்றார்.
மின்னொளிமேல் மன்னன்மகன் எண்ணம் வைத்தான்.
மின்னொளியோ நம்மவரின் பெண்ணே! அந்த
மின்னொளிதான் மிகத்தாழ்ந்த சாதிப் பெண்ணாம்!
மின்னொளியைத் தன்மைந்தன் எண்ணும் போதே
மன்னனென்னும் தன்சாதிக் கிழிவா யிற்றாம்!
மன்னன்மகன் சிறையினிலே வைக்கப் பட்டான்.
தன்சாதிக் குமிழிகளை நிலைஎன் கின்றான்
தடங்கடலின் மக்களினம் தாழ்வென் கின்றான்.
மக்களிலே தாழ்வுயர்வே இல்லை என்று
மன்னன்மகன் எண்ணுவதும் பிழையாம். அன்றோ,
கக்குமுடற் குருதியிலே சேய் மிதக்கக்
கைச்சாட்டை ஓயுமட்டும் அடித்தான் மன்னன்.

மிக்குயர்ந்த சாதிகீழ்ச் சாதி என்னும்
வேற்றுமைகள் தமிழ்க்கில்லை, தமிழர்க் கில்லை.
பொய்க்கூற்றே சாதியெனல், ஆரி யச்சொல்
புதுநஞ்சு! பொன்விலங்கு! பகையின் ஈட்டி!
"கடற்குமிழி உடைந்திடுக! சாதி வீழ்க!
கடல்மக்க ளிடைவேந்தர் மறைந்து போக
குடியரசு தழைக!"என அழகன் சொல்லிக்
கொடுவழியைத் தாண்டிஅயற் புறத்தே சென்றான்.
நெடிதுழைப்போர் மேடழித்தே உணர்ச்சி என்னும்
நீர்மட்டம் கண்டார்கள். புஉழைத்த நாளுக்
கடைகூலி காற்பொன்னே! மாதந் தோறும்
ஆள்வாருக் கறுபதினா யிரம்பொன்"என்றார்.

27

இடம்: அரண்மனையில் காவலறை.
நேரம்: காலை.
உறுப்பினர்: செம்மறித்திறல், பொன்னி, காவற்காரர், படைமறவர், மன்னன்.

அகவல்

உணவு வட்டில் ஒருகையில் மறுகையில்
குடிநீர்ச் செம்பும் கொண்டு, காவல்
அறையில் பொன்னியை அணுகினான் ஒருவன்.
நிறைநி லாமுகம் நிலத்திற் கவிழக்
கருங்குழல் அவிழக் கண்ணீர் உகுக்க
இருளிற் கிடந்த பொன்னி எழுந்தாள்.
"செம்மறித் திறல்நான்"என்ற தீங்குரல்
மெல்லெனப் பொன்னி காதில் விழுந்ததே!
அவள்அவன் அணைப்பும் பிணைப்பும் ஆனார்
உள்ளம் இரண்டும் உலகை மறந்தன.
வாயிலோர், "அழகன் வராததேன் வெளியில்?
போயினான் என்ன புரிந்தான் இன்னும்?"
என்றனர்; ஐயம் எய்தினர். ஒருவன்
அறைக்குள், ஒருகண் அரைமுகம் சாய்த்தான்.
இரண்டுடல் ஒன்றிலொன் றிறுகுதல் கண்டான்.
அவன்பதைத் தோடினான் அரச னிடத்தில்!
அரசன் மறவர் ஒருசில ரோடு
விரைவில் வந்தான். "வெளியில் வருவீர்
இருவரும்"என்று பெருங்குரல் பாய்ச்சினான்.
அழகன் உடையில் அங்குச் செம்மறி

மழமழ வென்று வந்து நின்று
கொழகொழ வென்று சிலசொற் கூறினான்.
முக்காடு நீக்கி முடியரசன் கண்டான்
செம்ம றித்திறல் செழுமலர் முகத்தை!
"இவனைக் கட்டி இழுத்துச் செல்க
சிறைக்கென்று மன்னன் செப்பினான். மறவர்
அவ்வாறு பிணித்தே அழைத்துச் சென்றனர்.
காவலிற் பொன்னியைக் கண்ணால் வெதுப்பிப்
"புலைச்சி மகனைப் புணர்ந்த புலைச்சி
கொலைக்குக் காத்திரு"என்று
நிலத்திடி எனவேந்து நேர்நடந் தானே.

28

இடம்:அரண்மனைவாயில், தெருக்கள், தொழிற்சாலை.
நேரம்:காலை முதல் இரவு வரைக்கும்.
உறுப்பினர்:அழகன், தோழிமார், தெருவினர், தொழிற்சாலையினர்.

இணைக்குறள் ஆசிரியப்பா

தூய்மொழி என்னும் தோழி, அரண்மனை
வாயிலில் நின்றாள்.அவளை,
அழகன் அணுகிக் கூறு கின்றான்:
"நாமெலாம் தாழ்ந்தவர், தாமெலாம் உயர்ந்தவர்"
என்று மன்னர் இயம்பினார் அன்றோ?
நம்மில் ஒருத்தியை அம்மன்னர் மகன்
மணக்க நினைத்தான் என்று
சிறையில் வைத்ததும் தெரிந்தாய் அன்றோ?
மன்னியின் தங்கையாம் பொன்னிசெம் மறியை
மணக்க நினைத்ததால் மாளப் போவதை
அறிவா யன்றோ?
செம்மறித் திறலும் சிறையில் உள்ளான்
அம்மங் கைதனை அணுகிய தாலே
கண்டாய் அன்றோ?
தன்மா னத்தைத் தமிழர் இழப்பதா?
பொன்னே தரினும் மன்னன் அரண்மனை
வாயிலை மிதிப்பதும் தீயதேமு
என்றான் அழகன்.
புருவம் நெற்றி ஏற இருவிழி
எரியைச் சொரிய "என்போன் றார்க்கும்

இங்கென்ன வேலை?"என்றே
அங்கிருப்போரை அணுகினாள் விரைந்தே!
சிலநா ழிகையில்,
தோழிமார் அரண்மனை துறந்தனர்;
பணிப்பெண் டிர்கள் பறந்தனர்.
காவலர் போயினர்;
பாவலர் எட்டியும் பாரோம் என்றனர்;
மெய்க்காப் பாளரும் வீடு திரும்பினர்.
அடுக்களை ஆக்குநர் இல்லை.
அரண்மனை இவ்வாறாகத் --
தெருவெலாம் தெருவின் வீடெலாம், வீட்டின்
விருந்தினர் பொருந்தினோர் வருந்த லானார்.
பிறப்பில் தாழ்ந்தது பெருமக்கள் கூட்டமா?
பிறப்பில் உயர்ந்ததச் சிறிய கூட்டமா?
என்றே ஆர்த் தார்த்து விழுந்தனர் --
ஆலைத் தொழிலினர் அங்கொரு பாங்கில்
"கூலிக் கென்றே ஞாலத்தில் பிறந்தோம்
கோலைத் தாங்கியே பிறந்தனர் கொற்றவர்
என்றனன்; மன்னன் வீழ்க!
என்றனர்; பார்ப்பனர் வீழ்க!"
என்று கூவினர்.
மனத்தாங் கல்கள் வளர்ந்தன!
இனத்தின் எழுச்சி நாடெலாம் எழுந்ததே.

29

இடம்: அரண்மனைக் கூடம்.
நேரம்: காலை.
உறுப்பினர்: புலித்திறல், மன்னி, பார்ப்பனர், அழகன்.

இணைக்குறள் ஆசிரியப்பா

"யாமிட்ட சோறுகறி எப்படி"என்று
நாட்டு மன்னனைக் கேட்டனர் பார்ப்பனர்.
"நன்று மிகவும்"என்றான் மன்னன்.
மேலும் மன்னன் விளம்புவான்:
"தாழ்ந்தவர் தம்மில் ஒன்று சேர்ந்தனர்.
உயர்ந்தவர் நாமும் ஒன்று சேர்ந்தோம்"
என்றான். பார்ப்பனர்,
"இப்படி விடுவதும் ஏற்ற தல்ல.
தாழ்ந்தவர் போக்கைத் தடுக்க வேண்டும்
அவர்களின் நன்மைக் காகவே!
அவர்மேல் படையை அனுப்ப வேண்டும்
அவர்கள் நன்மை கருதியே!
அரண்மனை வேலையை அவர்கள் மறுத்தது
குற்றமன்றோ?
பொறுக்க லாமோ, ஒறுக்க வேண்டும்
அவர் நன்மைக்கே!
அவர்களில்
ஓரா யிரம்பேர் ஒழிந்துபோ கட்டுமே
மற்றவர் வழிக்கு வருவா ரன்றோ?
திருத்த வேண்டும்; திருந்துவர்.
மக்களைத் திருத்தல் மன்னன் கடமை!

மனுநூல் நாட்டில் வழங்க வேண்டுமே
அதற்குப்
பார்ப்பனர் காப்பாற்றப் படுதல் வேண்டும்
ஆள்வோர் பார்ப்பனர் சொற்படி
ஆள வேண்டும்.
விளை பொருள் விற்பவர் வேண்டும்
வளவயல் உழவும், குளச்சே றெடுக்கவும்
இரும்ப டிக்கவும் கரும்பு நடவும்
உப்புக் காய்ச்சவும் தப்ப டிக்கவும்
சுவர் எழுப்பவும் உவர்மண் எடுக்கவும்,
பருப் புடைக்கவும் செருப்புத் தைக்கவும்
மாடு மேய்க்கவும் ஆடு காக்கவும்,
வழிகள் அமைக்கவும் கழிவடை சுமக்கவும்
திருவடி தொழுதுநம் பெருமை காக்கவும்
வரும்படி நமக்கு வைத்து வணங்கவும்
நாலாம் வகுப்பு நமக்கு வேண்டுமே"
என்றனர்.
"படைத் தலைவரைக் கடிதில் அழைப்பிக்க"
என்றான் மன்னன்.
குதித் தோடினான்ஒரு குள்ளப் பார்ப்பனன்.
பார்ப்ப னர்பால் பகர்வான் மன்னன்:
"அரண்மனை வேலைகள் அனைத்தும் நீவிர்
பார்த்திட வேண்டும். பணியா ளர்கள்
வரும் வரைக்கும்"என்ன,
"அடடா! செருப்புத் துடைப்பது முதல்
அடுப்புத் தொழில்வரை நடத்துவோம்"என்றனர்.
பார்ப்பன ஆடவர் பார்ப்பனப் பெண்டிர்
அனைவரும் பணிசெய அரண்மனை வந்தனர்.
மன்னனும் மன்னியும் மகிழ்ந்தி ருந்தனர்.

அழகன் வந்தான்.
"எங்குவந் தாய்?"என எரிந்தான் மன்னன்
"செம்மறித் திறலும் சேல்விழிப் பொன்னியும்
பொன்னூசல் ஆடிப் பொழுதுபோக்கு கின்றார்.
வையத் திறலோ
மாசுடை நீக்கித் தேசுடை அணிவான்
ஏனெனில்,
ஆண்டா ளானதன் அன்பு மாமி
மாப்பிள்ளை பார்க்க வருகின் றாளாம்"
என்றான்.
மன்னி அழுதாள். மன்னவன் சீறி
"இவர்கள் சிறையினின் றெப்படி வந்தனர்?"
என்று கேட்டான்.
"காவலர் எவரும் காணேன் அங்கே?"
என்றான் அழகன்.
"எப்படி வரலாம் இவர்கள்?"என்று
மன்னன் கேட்டான்.
"அவர்களைக் கேட்க வேண்டும். அவர்கள்
வாளைக் கையில் வைத்திருக் கின்றனர்"
என்றான் அழகன்.
பார்ப்பனர் தம்மைக் கூப்பிட்டு மன்னன்,
"வையத்திறலை, மறியை, வஞ்சியைக்
கடுஞ்சிறை வைத்துக் காவ லிருங்கள்.
என்றன் ஆணை இது"வெனக் கூறினான்.
"புல்லேந்து கையில் வில்லேந்து வோம்யாம்"
என்று பார்ப்பனர் இயம்பினர்.
மகிழ்ச்சி என்றான் மன்னன்.
"ஆயினும்,
மல்லேந்து மன்னர்க்குச் செல்வாக் கில்லையே

எப்படி அதுசெய ஏலும்?"என்றனர்.
அழகன் சிரித்தான்.
நன்றென மன்னன் இஞ்சி
தின்ற குரங்குபோல் திகைத்தான் குந்தியே.

30

இடம்: அரண்மனை.
நேரம்: காலை.
உறுப்பினர்: படைத்தலைவன், மன்னன்.

அகவல்

தாங்கா ஆவலில் தன்படைத் தலைவனை
ஆங்கெதிர் பார்த்தமர்ந் திருந்தான் அரசன்
அன்னவன் வந்து வணங்கினான்.
தன்ஆணை மன்னன் சாற்றுவான் மிகவே:

அறுசீர் விருத்தம்

"விரைந்துசெல்! மானம் காப்பாய்
அரண்மனை வேலைக் காரர்
புரிந்தனர் தீமை விட்டுப்
போயினர் காவ லர்கள்
பிரிந்தனர் சிறை திறந்து
பெயர்ந்தனர் குற்றம் செய்தோர்!
விரைந்துசெல் பணியா ளர்கள்
வேண்டும்இப் போதே"என்றான்.
மேலுமே உரைப்பான் மன்னன்:
"வெந்திறல் மறவர் தம்மை
வேலொடு தெருவி லெல்லாம்
நிறுத்திவைத் திடுதல் வேண்டும்.
வாலசைத் திடுவார் தம்மை
மண்ணிடைப் புதைக்க வேண்டும்.

தோலினை உரிப்பாய் நம்மைத்
தூற்றுவார் தம்மை"என்றான்.
படைத்தலை வன்பு கல்வான்:
"படைசார்ந்த மறவர் எல்லாம்
கடைச்சாதி என்று நாமே
கழறிய துண்டோ?"என்றான்.
விடுத்தஇவ் வினாவைக் கேட்ட
வேந்தனும், "ஆம்ஆம்!"என்றான்.
"கெடுத்தனிர் அரசே அந்தக்
கீழ்மக்கள் வருந்தி னார்கள்.
ஆயினும் அவர்கட் கான
ஆறுதல் கூறு கின்றேன்
போயினி நீங்கள் சொன்ன
செயலினைப் புரிய வேண்டும்.
நாயினும் தாழ்ந்தா ரேனும்
நாட்டினிற் பெருங் கூட்டத்தார்!
பாயுமேல் மக்கள் வெள்ளம்
நம்மாள்வார் பறக்க வேண்டும்."
உயர்சாதிப் படைத் தலைவன்
இங்ஙனம் உரைத்துச் சென்றான்.
துயர்பாதி அச்சம் பாதி
தொடர்ந்திடத் துக்க மென்னும்
அயலுல கடைந்தான் மன்னன்
உணவுண்ணான் அவன் விருப்பம்!
கயல்மீனும் சோறும் பார்ப்பார்
கட்டாயம் உணவாய்க் கொண்டார்.

இடம்: அரண்மனை.
நேரம்: காலை.
உறுப்பினர்: ஆளும்சாதி, அதிகாரிகள், அரசன்.

அகவல்

ஆளும் சாதியார் அதிகா ரத்தினர்
வாளும் கையுமாய் வந்து மன்னனை,
"நாலாஞ் சாதியும் மேலாஞ் சாதியும்
ஆலும் விழுதும் ஆவார். இதனை
நாமறி வோமே, அறிந்தும்இத்
தீமை புரிந்தது தீமை"என் றாரே!

அறுசீர் விருத்தம்

"நேர்ந்திட்ட நிலைமை தன்னை
நிகழ்த்துவேன் உறவி னோரே,
சார்ந்திட்ட ஆண்டாள் என்னும்
பூக்காரி தன்பெண் ணாளைத்
தேர்ந்திட்டான் மணமே செய்யத்
திருமகன்"என்றான் மன்னன்!
ஆர்ந்தது விழியிற் செந்தீ;
"ஐயையோ!"என்றார் வந்தோர்.
"அன்றியும் என் கொழுந்தி
செம்மறித் திறலை அண்டி
நின்றனள். சிறையில் வைத்தேன்.
நிலைகெட்ட செம்ம றிக்கும்

பன்முறை சொன்னேன் கேளான்;
படுசிறை என்றேன். மேலும்
என்பிள்ளை என்றும் பாரேன்
சிறையினில் இருக்கச் செய்தேன்.
"பணியாளர் தோழி மார்கள்
இதையெல்லாம் பார்த்தி ருந்தார்
அணியணி யாகச் சென்றார்
அரண்மனை வேலை விட்டே!
துணிவுடன் நகரைக் கூட்டித்
தூற்றினார் மேல் வகுப்பை!
பணிவுடன் பணிகள் செய்து
பார்ப்பனர் உதவு கின்றார்.
"அரண்மனைப் பின்பு றத்தே
அம்மறித் திறலும், பொன்னி
ஒருத்தியோ டுள்ளான். என்றன்
உயர்மைந்தன், பணிப் பெண்ணாளைத்
திருமணம் புரிய வேண்டி
ஆவன செய்கின் றானாம்.
அருஞ்சிறைக் காவல் இல்லை
அனைவரும் இவ்வா றானார்."
என்றனன் மன்னன். இந்த
இழிவினைக் கேட்டி ருந்த
மன்னரின் மரபி னோர்கள்
வாளொடு கிளம்பி னார்கள்.
"புன்றொழில் புரிந்து ளாரைப்
புதைக்கின்றோம்"எனக் கொதித்தார்.
சென்றனர், "சாதி வாழ்க
தீயர்கள் வீழ்க!"என்றே.
போயினார் அரண் மனைக்குப்

புறக்கட்டில் அவர்கள் இல்லை.
தீயர்கள் மறைந்தார் என்று
செப்பினார். அரசன் கேட்டு
நாயினை ஒப்பா ரோடு
நகரினிற் கலகம் செய்யப்
போயினார். போவீர் என்றான்
அஞ்சினர் பொய்கை யாள்வார்.

32

இடம்: திறல்நாட்டு நகர்.
நேரம்: காலை.
உறுப்பினர்: அரசன், படைத்தலைவன், பெருமக்கள்.

அகவல்

"பெருநாட் டுப்படை, திருநாடு தன்னை
முற்றுகை யிட்டதே முற்றுகை யிட்டதே!"
என்று கூவினர் எங்கணும் மக்கள்!
தீமை குறித்தது செழுநகரப் பெருமணி!
அரசன் படையை அழைத்தான் விரைவில்!
படையின் தலைவன் பரபரப் புற்றான்
தேர்ப்படை ஒன்று சேர்ப்பீர் என்றான்
பரிப்படை எழுக என்று பகர்ந்தான்
யானைப் படையும் எழுக என்றான்
காலாட் படையும் காண்க என்றான்
நாலாஞ் சாதியார் நாமாட்டோம் என்றனர்
மூன்றாஞ் சாதியார் முணுமு ணுத்தனர்
இரண்டாஞ் சாதியார் இருநூறு பேர்கள்
திரண் டெழுந்தனர் மருண்ட நெஞ்சொடு
முதன்மைச் சாதியார் மூக்கைப் பிடிக்க
அரண்மனைச் சோற்றை அருந்துவ தன்றி
போரே யணுகோமே "நமோ
நாராயணா" என்று நவின்றுசென் றனரே.

33

இடம்: நகரின் நடுவில் ஓர் பெருவெளி.
நேரம்: இரவு.
உறுப்பினர்: வையத்திறல், செம்மறித்திறல், பெருமக்கள்.

அகவல்

நாட்டு மக்கட்கு நல்வழி காட்டச்
சேய்வை யத்திறல், செம்ம றித்திறல்
சொற்பெருக் காற்றுவர் என்று
நற்பெரு மக்கள் நண்ணினார் ஆங்கே.

எண்சீர் விருத்தம்

மேடையின்மேல் ஏறிநின்றான் மன்னன் மைந்தன்
விருப்பத்தால் நகரமக்கள் வாழ்க என்றார்
வாடாத மலர்முகத்தான் வணக்கம் கூறி
"மாண்புடையீர், திறல்நாட்டு மக்காள், கேளீர்!
பீடுடைய நம்திறல்நா டதனை நோக்கிப்
பெருநாட்டான் பெரும்படையைக் கூட்டி வந்தான்
வாடிடநாம் முற்றுகையும் போட்டு விட்டான்
மன்னவரின் அதிர்வெடியில் மருந்தே யில்லை.
பிரமன்முகம் தனில்நான்கு வகையாம் மக்கள்
பிறந்தாராம். பார்த்தாராம் என்றன் தந்தை.
பிரமன்முகந் தனிற்பார்ப்பார் பிறந்திட் டாராம்
பிரமன்தோள் பெற்றதுவாம் மன்னர் தம்மை;
பிரமனிடை தனிற்பிறந்தார் வாணி கர்கள்;
பிரமனடி யிற்பிறந்தார் உலகி லுள்ள

பெருமக்கள். இதுமனுநூல் ஆரியர் சொல்
பிழைக்கவந்த ஏமாற்றுக் காரர் சூழ்ச்சி.
அரசன்மகன் உங்களினப் பெண்ணை நத்தல்
அடுக்காதாம். அதற்கென்னைச் சிறையில் வைத்தான்.
அரசன்எழிற் கொழுந்தியார் என்சிற் றன்னை
அகம்பறித்தார் செம்மறியார் அதுவும் குற்றம்
பெருஞ்சிறையில் மூவருமே அடைக்கப் பட்டோம்
பெருமக்காள் இதையறிந்தீர். தன்மா னத்தால்
வருந்துகின்றீர் ஆள்வோர்பால் ஒத்து ழைக்க
மறுத்துவிட்டீர் வாழ்கநீர்! வாழ்க வாழ்க!
பெருநாட்டான் படையெடுப்பைத் தகர்க்க வேண்டும்
பெருமறவர் கூட்டமே வாரீர் என்று
திருநாடாம் திருநாட்டின் மன்னர் சென்று
திருமுழங்காற் படியிட்டுக் கெஞ்ச லானார்.
வரமாட்டோம் எனமறவர் மறுத்து விட்டார்
வாழ்கநனி வாழ்கஅவர் வாழ்க வாழ்க!
இருசாதி தான்மீதி மன்னர் கையில்
இவர்சாதி ஒன்று! மற்றொன் றினாம்தார் கூட்டம்!
அரண்மனையின் அறைக்குள்ளே வாள்சு ழற்ற
அட்டியில்லை என்றததோ அரசச் சாதி!
பிரமனார் திருமுகத்துப் பெருங்கா யங்கள்
பெண்டாட்டி பிள்ளையுடன் அரண்ம னைக்குள்
பெருநாட்டான்அருள்பெற்று விபீ. ணன்தான்
பெற்றபயன் பெறுவோமே எனக்க யிற்றை
அருணாச லப்பெரும்பு ராணம் சாத்தி
அவனடியே உய்யும்வழி என்கின் றார்கள்.
மேற்சாதி யார்நிலைமை இவ்வா றாக
மேலும்நாம் செயத்தக்க தின்ன தென்று
சேற்கருங்கண் பொன்னியார்க் கன்ப ரான

செம்மறியார் என்னருமைச் சிறிய தந்தை
சாற்றிடுவார் கருத்தோடு கேட்பீர்மு என்று
தன்னுரையை முடித்தமர்ந்தான் மன்னர் மைந்தன்.
"மாற்றுயர்ந்த பொன்போன்ற திறல்நாட் டாரே
வணங்குகின்றேன்"என்றுரைத்து மறிபு கல்வான்:
"திறல்நாட்டின் மேல்வந்த பெருநாட் டானைச்
சிதறடிக்க வேண்டுமெனச் செப்பு கின்றீர்.
பொறுத்திருங்கள்! பெருநாட்டான் வரட்டும் உள்ளே
போடட்டும் தன்கொடியை! மகிழ்ந்தி டட்டும்
வெறுக்காதீர் படைமறவர் விளையா டட்டும்
வெற்றிவிழாக் கொண்டாட்டம் நடந்தே றட்டும்.
திறல்நாட்டின் நம்மறவர் தமக்கும் இந்தத்
திட்டத்தை நன்றாகச் சொல்லி வைப்பீர்.
தனித்தனியே பகைமறவர் தம்மைக் கண்டு
தாழ்சாதி எனநம்மேல் உயர்ந்தோர் வைத்த
மனப்போக்கை அவர்மனத்தில் ஏற்ற வேண்டும்;
மற்றவற்றை யாமுரைப்போம் அவ்வப் போதில்.
இனத்தோடே இனம்சேரும்! ஆளும் சாதி
இங்குள்ள ஆளுஞ்சா தியையே சேரும்.
அனைத்துள்ள கோல்கொண்டார் நூல்கொண் டாரை
ஆட்கொள்ள வேண்டியவர் நாமே"என்றான்.
(கூட்டம் முடிந்தது.)

34

இடம்: திறல்நாடு, நகர்.

நேரம்: காலை.

உறுப்பினர்: பெருநாட்டு மன்னன், பெருநாட்டுப் படைகள், திறல்நாட்டு மக்கள்.

அகவல்

கோட்டைமேல் வெள்ளைக் கொடி பறந்தது!
பேட்டையில் பெருநாட்டுப் படைகள் நுழைந்தன.
பெரும்படை பின்வர ஒருமணித் தேரில்
பெருநாட்டு மன்னன் திருநகர் புகுங்கால்,
நேற்றுப் புலித்திறல் சோற்றை உண்ட
சிறுமதிப் பார்ப்பனர் நிறைநீர்க் குடத்தொடும்
நறுமலர்த் தாரொடும் நன்றெதிர் கொண்டு,
"வருக பெருநாட்டு மன்னரே வருக!
திருமாற் பிறப்பெனும் செம்மலே வருக!
புலித்திறல் மன்னனால் பட்டது போதும்
மனுநூல் தன்னை மன்னரே காக்க
இனிமேல் எங்கள் தனிநலந் தன்னை
நாடுக நாடுக நன்றே வாழ்க
சூடுக மாலை!"என்று சூட்டி
நல்வர வேற்பு நடத்திய அளவில்,
அரசனும் வணங்கி, "அறம்பிச காமல்
பெருமை மனுநூல் பிழைப டாமல்
பார்ப்பனர் நன்மை பழுது படாமல்
காப்போம்"என்று கழறி முடித்தான்.
நாற்படை, முழக்கொடு நகர்மேற் சென்றன.

தேன்கூட்டில் ஈக்கள் செறிந்தன போல
வானுயர் வீடுதோறும் வாயிலில் மக்கள்
தலைவைத் திருந்தார் தம்முளம் மறைத்தே
பெருநாட்டுப் பிறைக்கொடி திறல்நாடு பெற்றது.
பெருநாட்டு மன்னனும் பெரும்படை மறவரும்
திறல்நாட் டரண்மனை சேர்ந்தனர் உடனே!
புலித்திறல் சிறையில் புகுத்தப் பட்டான்.
பிரமன் தோளில் பிறந்த பெட்டைகள்
மரியா தையாகப் பெருஞ்சிறை சென்றனர்.
மருமக னாகும் வையத் திறலை
விரைவில் தேட விடுத்தான் ஆட்களை!
பெருநாட் டான்தன் பெரும்படை மறவர்க்கு
விடுமுறை தந்தான். வேண்டிப் பார்ப்பனர்
அரண்மனை அரிசியில் விருந்துண் பித்தார்.
முரசறை வோனை அரசன் அழைத்தே
"அரசியல் திட்டம் அமைப்ப தற்கும்
வையத் திறலைஎன் மகளுக் காகத்
திருமண உறுதி செய்வ தற்கும்
நாளைக் காலை நாட்டு மக்கள்
மாளிகை வரும்படி மணிமுர சறைக"
என்றான். யானை வள்ளுவன்
நன்றெனப் பணிந்து நடந்தான் ஆங்கே.

35

இடம்: திறல்நாட்டு மாளிகை.
நேரம்: காலை.
உறுப்பினர்: அனைவரும்.

அகவல்

மென்பட்டு மெத்தை விரித்த பெருந்தரை,
நன்முறை ஓவிய நாற்பு றச்சுவர்,
கற்றச்சர் கைத்திறம் காட்டும் ஆயிரங்கால்,
பொறகட்டில் பன்மணி புதைத்த மேன்மூட்டு,
வருகெனப் பொற்பாவை வரவேற்கும் முன்வாயில்,
பெருமக்கள் மகிழ்ந்துபோம் பின்புறப் பெருவாயில்,
நறுந்தென்றல் வார்க்கும் நாற்சுவர்ச் சன்னல்கள்,
நிறந்தரு பவழம், நீலம், மாணிக்கம்
சுடர்விடு முத்துத் தொங்கல்கள் இடையிடை,
அடைசுவர் சேர அங்கங்குக் கலைப்பொருள்,
ஆன மாளிகைநடு அடலேறு சுமப்பதோர்
வானில வெறித்த மணிக்குடை இருக்கையில்
வென்றபெரு நாட்டான் வீற்றி ருந்தான்.
அன்னோன் அமைச்சன் அருகினில் இருந்தான்.
படையின் தலைவனும் பாங்கில் அமர்ந்தான்.
முரசு முழங்கும் முன்புற வாயிலால்
வரும்பெரு மக்கள் மலைபுரள் அருவி!
திறல்நாட்டு மறவரும் செம்மறித் திறலும்
வையத் திறலும் தம்முரு மாற்றி
நீறு பூத்த நெருப்பென இருந்தனர்.
ஆண்டாள் ஒருபுறம் அவள்மகள் ஒருபுறம்

ஈண்டிழைப் பொன்னி ஒருபுறம் இருந்தனர்.
தொலைவிலோர் மூலையில் தோன்றா வண்ணம்
அழகன் இருந்தான் அச்சத் தோடே.
பழந்திறல் நாட்டினர் பல்லா யிரவர்,
பெருநாட்டு மறவர் ஒருசில நூற்றவர்
ஆங்கே கலந்தபடி அமர்ந்தி ருந்தனர்.
வையத் திறலோன் வந்துவிட் டானா?
என்றுபன் முறைகேட்டான். இல்லை என்று
சொன்னார். சொற்பொழிவு தொடங்கினான்:
"திறல்நாட்டு மக்களே, செப்புதல் கேட்பீர்!
இத்திறல் நாடோ, என்பகை யான
மலைநாட் டோடு கலந்து கொள்ள
இருப்பதால் நான்படை எடுக்க நேர்ந்தது;
வென்றேன். சிறையில்உம் வேந்தரை அடைத்தேன்.
திறல்நாடு தனில்என் பிறைக்கொடி ஏற்றினேன்.
இவ்வா றிருக்க, இனிஇந் நாட்டின்
ஆட்சிமுறை எவ்வா றமைய வெண்டும்?
என்பது பற்றி இயம்பு கின்றேன்;
என்றன் உறவினன், மன்னர் மரபினன்
ஆன ஒருவனே இந்நாட் டரசன்.
வரும்அவ் வரசன் பெருநாட் டுக்குப்
போர்த்துணை நாளும் புரிய வேண்டும்.
மேலும் அந்த வேந்தன் பார்ப்பனர்
மறைநூ லுக்கு மதிப்பீய வேண்டும்.
இத்தனை கருதி இந்நாட்டு மன்னரின்
மகனுக் கேஎன் மகளைத் தரவும்
விரும்பினேன். அவனும் விரும்புவ தாக
அறிந்தேன்; மகிழ்ந்தேன். ஆதலால் இந்தத்
திறல்நாட்டை யாள்பவன் திறல் நாட்டினனே!

வையத் திறல்என் மகளை மணப்பதாய்
இன்றே உறுதி இயம்பினால் நாளையே
மண முடித்து, மணிமுடி பெறலாம்!
வையத் திறலோன் வராமை யாலே
அன்னோன் சார்பில் இந்நாட் டார்கள்
உறுதி கூறினும் ஒப்புக் கொள்வேன்"
என்று மன்னன் இயம்பிய அளவில்,
கூனும் கோலும், குள்ளமும் வெள்ளைத்
தாடியும் மீசையும், தள்ளா உடலுமாய்
எழுந்து நின்றான் ஒரு
கிழவன் அரசனைக் கேட்டான் ஆங்கே.
இணைக்குறள் ஆசிரியப்பா
"உங்கள் உறவுதான் ஊராள வேண்டுமோ?
வேந்தன் சேய்தான் வேந்தாக வேண்டுமோ?"
என்று கிழவன் கேட்டான்.
"கேட்பீர் கேட்பீர்"என்று
முன்னுள்ள மக்கள் முழக்கஞ் செய்தனர்!
"எங்கள் உறவுதான் ஆள ஏற்றவன்
வேந்தன் சேய்தான் வேந்தாக வேண்டும்"
என்றான் வேந்தன்.
"எங்களில் ஒருவன் ஏன்ஆளக் கூடாது?
சொல்கமு என்றான் கிழவன்.
நாடாள்வ தன்று நாலாஞ் சாதி"
என்றான் மன்னன்.
"சாதி ஒழிக! சாதி ஒழிக!"
என்று முழங்கினர் எதிரில் மக்கள்!
"எங்கள் நாட்டுக் கினிவரும் மன்னன்
உங்கட்குப் போரில் உதவ வேண்டுமோ?
பாரோர் நாட்டைநீர் பறிக்க நினைத்தால்

சீராம் திறல்நாடு சேர வேண்டுமோ?"
என்று கேட்டான் முதியோன்.
"நன்று கேட்டீர் நன்று கேட்டீர்"
என்றனர் மக்கள்.
"ஆம்ஆம்"என்றே அதிர்த்தான் மன்னன்.
"பார்ப்பனர் மறையைப் பைந்தமிழ் மக்கள்
மாய்ப்பது தீதோ? வளர்ப்பது கடனோ?"
என்றான் முதியோன்.
"ஆம்"என்று மன்னன் தீமுகம் காட்டினான்.
"பார்ப்பனர் பொய்மறை பாழ்பட"என்று
கூப்பாடு போட்டனர் மக்கள்.
"வையத் திறல்உம் மகளை மணக்கும்
எண்ணம் அவனுக் கிருந்த தில்லை;
இருக்கப் போவதும் இல்லை; இதனை
இளங்கோ சார்பில் யானுரைக் கின்றேன்"
என்றான் முதியோன்.
"ஆம்ஆம்"என்றே அனைவரும் கூவினர்!
சின்ன முகத்துடன் மன்னன் "கிழவரே,
வையத் திறலை மன்னன் ஒறுத்தது
பொய்யோ?"என்றான்.
"மன்னன் தன்னன்"மைத்துனர் மகளை
மணக்கச் சொன்னான். மறுத்தான் வையன்
அதனால்
ஒறுத்தான்"என்றான்.
"சிறைமீட்டு வருக புலித்திறலை"என்று
பெருநாட்டு மன்னன் உரைத்தான்.
திறல்நாட்டு மன்னன் அவ்விடம் சேர்ந்தான்.
"வையத் திறலைச் சிறையில் வைத்தனை
மெய்யாக் காரணம் விளம்"பெனக் கேட்க,

புலித்திறல் புகல்வான்:
"உன்மகள் தனையும் என்மகன் மறுத்தான்
என்மைத் துனன்மகள் தன்னையும் மறுத்தான்
வேலைக் காரி மின்னொளி தன்னை
மாலை யிட்டு மன்னர் மரபையே
அழிக்க எண்ணினான்! அடைத்தேன் சிறையில்"
என்ன,
பெருநாட் டான், வாள் உருவி
"புரட்சியோ! புரட்சியோ! கிழவரே,
உரைப்ப தென்ன"என்று
மன்னன் கேட்கக்
கிழவன், "மன்னா கிளத்துதல் கேட்க,
சாதி யில்லை
பார்ப்பன வகுப்பும் பார்ப்பன நூற்களும்
பொய்யே!
மதம்எனல் தமிழ் வையத்தின் பகை!
ஆள்வோர் என்றும் அடங்குவோர் என்றும்
பிறந்தார் என்பது சரடு.
தனிஒரு மனிதன் தன்விருப் பப்படி
இனிநாட்டை ஆள்வ தென்ப தில்லை!
மக்கள் சரிநிகர்!
எல்லாத் துறையிலும், எவரும் நிகரே
நெடுநாட்டு மக்களின் படியினர் (பிரதிநிதிகள்)
குடியரசு நாட்டல்எம் கொள்கை யாகும்"
என்று கிழவன் இளைஞனாய் நின்றான்.
மன்னன் வையத் திறலைக் கண்டான்.
கையால் தன் வாள் காட்டி,
"என்மகள் 'பெருந்திரு'என்னும் மங்கையை
மணந்துகொள்; இன்றேல் மன்னன் மைத்துனன்

மகளை மணந்துகொள்! மக்களில் தாழ்ந்த
மின்னொளி தன்னை விரும்புதல் நீக்குக;
என்னொளி வாளுக் கிரையா காதே"
என்றான்.
"ஏஏ!"என்றனர் இருந்த மக்கள்!
வையத் திறல்தன் வாளை உருவினான்.
"படையின் தலைவனே பற்றுக இவனை"
என்று படைத்தலை வனுக்குக்
கட்டளை யிட்டான் மன்னன்!
எட்டிற்று மறித்திறல் இடிக்குரல் எங்குமே.

பாட்டு

மக்களின் உரிமைக்குத் தூக்குவீர் வாளை
மன்னரின் தனியாட்சி வீழ்க - நாட்டு
மக்களின் உரிமைக்கு...
(திறல்நாட்டு மறவரின் மக்களின் வாள் சுழலுகின்றன.
பெருநாட்டுப் படைத்தலைவனும், அவனைச் சார்ந்த
சில மறவர்களும் எதிர்க்கிறார்கள்.)
மக்கட் கடலில் மறைக் குமிழிகள்
மறுப்பவர் மாள்க மாள்க மாள்கவே - நாட்டு
மக்களின் உரிமைக்கு...
(எதிர்த்தோர் இறந்துபடுகின்றனர். இரு மன்னரும்
படைத்தலைவர்களும், ஆளும் இனத்தோரும்
பிணிக்கப்படுகின்றனர்.)
தக்கதோர் ஆட்சி மக்களின் மன்றம்!
சரிநிகர் எல்லாரும் என்றோம்.
பொய்க்கதை மறையெனல் புரட்டே
புரட்சியில் மலர்க இன்ப வாழ்வே!

(பிணிக்கப் பெற்றவர் சிறை சேர்க்கப் பெற்றனர்.)

36

இடம்: நகர்கள், சிற்றூர்கள்.
நேரம்: மாலை.
உறுப்பினர்: முரசறைவோன்.

அகவல்

யானைமேல் வள்ளுவன் இயம்புவான் முரசறைந்து:
"பூனைக்கண் போலும் பொரிக்கறிக் காக
ஆளுக் கிரண்டுகத் தரிக்காய் அடைக.
செங்கை இரண்டளவு சீரகச் சம்பா
அடைக அங்கங்கு மக்கள் அனைவரும்!
பொன்னிறப் பருப்பும் புத்துருக்கு நெய்யும்
ஒருகை யளவு பெருகஷவ் வொருவரும்!
பாகற் புளிக்குழம்பும் பழமிள கின்சாறும்
ஆகத் தக்கன அடைக எவரும்!
ஆழாக்குத் தயிர் அடைகாய் ஒவ்வொரு
வாழை இலைஇவை வழங்குவார் தெருத்தோறும்.
விருந்தே நாளை விடியலில் அனைவரும்
அருந்துக குடியாட்சி அமைக்கும் நினைவிலே!"
இதுகேட்டுத் தெருத் தோறும் பொதுவில்லம்
எதுவெனக் கேட்டே ஏகினர்
அதுவது பெற்றே அடைந்தனர் வீட்டையே.

இடம்: மின்னொளி வீட்டு முன்வெளி.
நேரம்: விடியல்.
உறுப்பினர்: மின்னொளி, ஆண்டாள், விருந்தினர், வையத்திறல்.

அகவல்

வீட்டெதிர் ஆண்டாள் மின்னொ ளிக்குத்
தலைவாரு கின்றாள். புதையல்மின் னொளியே
மன்னன் மகனைநீ மணந்த பின்னர்
என்னை மறப்பாயோமு என்றாள் அன்னை.
"ஏழைகள் அனைவரும் கூழைக் குடிக்க
வாழை யிலையில் வார்த்தநெய் ஓடையில்,
மிதக்கும் பல்கறிச் சோறு விழுங்கும்
மன்னன் மகனை மணக்கவே மாட்டேன்"
என்றாள் மின்னொளி. அன்னை திடுக்கிட்டு
"முன்னர் உன்காதல் மொய்த்த தெவன்மேல்?"
என்று கேட்டாள். ஏந்திழை "அம்மா
ஏழ்மை கண்ட இடமெல்லாம் காதல்
தாழ்மையேல் என்உளம் தாவுதல் அன்றி
உடல்மிசைக் காதல் உற்றிலேன்"என்றாள்.
"அழகனை உன்உளம் அண்டிற் றோ"என
அன்னை, மின்னொளி தன்னைக் கேட்டாள்.
"அழகன் ஏழ்மையை அணுகிய தென்னுளம்
என்னுடல் அவனுடற் கில்லை"என்றாள்.
"மின்னொளி என்னுடன் விரைவில் வருக
அருந்திட வேண்டும் விருந்"தென் றாள்தாய்.

இருவரும் எழுந்தார்; விருந்துக் கேகினார்.
வாகை நீழலில் மறித்திறல் பொன்னி
ஓகையோடும் உண்டனர் விருந்தே!
அரசின் நீழலில் அழகனும் பிறரும்
அருந்தினர் இனிய விருந்து மகிழ்ந்தே!
வேங்கையின் நீழலில் வேறு பலப்பலர்
தாங்கா மகிழ்ச்சியில் தாம்உண் டிருந்தார்.
மாவின் நீழலில் வையத் திறலோன்
பாவை யைஎதிர் பார்த் திருந்தனன்.
வீட்டினர் யாவரும் விருந்துண்ணு நிலை
பார்த்து வந்தாள் பாவை மின்னொளி.
மரத்து நீழலில் வாயார உண்பார்
சரிநிலை கண்டாள் தையல் மின்னொளி.
அரசின் நீழலில் அழகனைக் கண்டாள்;
அழகன் வையனை அணுகுநீ என்றான்.
அழகன்பால் ஏழ்மை அறிகிலாள் மின்னொளி.
மாவின் நீழலில் வையனைக் கண்டாள்.
மன்னன் மகனை வையத் திறலிடம்
காணு கில்லாள்! கண்ட வையத்திறல்
அண்டையில் அமர்கென ஆவலில் அழைத்தான்;
கெண்டை விழியாள் கிட்ட அமர்ந்தாள்.
"கத்தரிப் பொரியலும், கரும்பாகற் குழம்பும்,
புத்துருக்கு நெய்யும், பொன்னிறப் பருப்பும்,
மிளகின் சாறும், புளியாத தயிரும்
அனைவர்க்கும் நிகரே! ஆயினும் மின்னொளி
உனக்கொன் றதிகம்"என் றுரைத்தான் வையன்.
என்ன என்றாள் மின்னொளி;
சின்னதோர் முத்தம் தந்தான்.
அன்னத னோடே அருந்தினாள் விருந்தே.

38

இடம்: திறல்நாட்டு அரண்மனை.
நேரம்: மாலை.
உறுப்பினர்: அனைவரும்.

அகவல்

அனைவரும் திறல்நாட் டரண்மனை நிறைந்தனர்.
செம்மறித் திறல் எழுந்து
கைம்மலர் கூப்பிக் கழறுவான் ஆங்கே.
எண்சீர் விருத்தம்
நாட்டினிலே குடியரசை நாட்டிவிட்டோம் இந்நாள்
நல்லபல சட்டங்கள் அமைத்திடுதல் வேண்டும்
காட்டோமே சாதிமணம்! கலப்புமணம் ஒன்றே
நல்வழிக்குக் கைகாட்டி! கட்டாயக் கல்வி
ஊட்டிடுவோம் முதியோர்க்கும் மாணவர்க்கும் நன்றே
உழையானை நோயாளி ஊர்திருடி என்போம்.
கேட்டைஇனி விலைகொடுத்து வாங்கோமே; சாதி
கீழ்மேல்என் றுரைப்பவர்கள் வாழுவது சிறையே.
ஒருகடவுள் உண்டென்போம்! உருவணக்கம் ஒப்போம்!
உள்ளபல சண்டையெல்லாம் ஒழியும்மதம் ஒழிந்தால்!
திருக்கோயில் தொழிற்சாலை! பார்ப்பனரும் கையில்
செங்கோலேந் தும்பிறரும் மக்களைச் சார்ந்தோரே!
பெருவாழ்வுக் கிவையெல்லாம் அடிப்படைத்
திட்டங்கள்
பிறிதுள்ள சட்டங்கள் அறிஞர் அமைப்பார்கள்.
வருநாளில் குடிமக்கள் படியினரின் தேர்தல்
வகுப்பதற்கே இன்றுசிறு குழுஅமைப்பீர்" என்றான்.

செம்மறியே முதலாகப் பதின்மர்களைத் தேர்ந்தார்;
திறல்நாட்டின் குடியரசைச் செயற்படுத்தச் சொன்னார்.
செம்மறிக்கும் பொன்னிக்கும் மின்னொளிக்கும் வையத்
திறலுக்கும் நடைபெற்ற திருமணம் பாராட்டி
நம்மருமை நாடன்றிப் பெருநாட்டை இந்த
நன்னிலையில் சேர்ப்பதற்கும் திட்டமிட்டார் மக்கள்.
"செம்மையுறத் திருநாட்டில் மணிக்கொடியும் ஏற்றித்
திகழ்ந்திடுக உலகமெலாம் குடியரசே"என்றார்.

★★★

www.ingramcontent.com/pod-product-compliance
Lightning Source LLC
LaVergne TN
LVHW051123051026
849532LV00004BB/1654